ನಾನಿಲ್ಲದ ನಾನು

ONDU SHUNYA DARSHANA

ಶರಣಕುಮಾರ ಸೋಲಾಪುರ

Made with ♥ on the Notion Press Platform
www.notionpress.com

"ನನ್ನ ಅಸ್ತಿತ್ವದ ಮೊದಲ ಶೂನ್ಯಕ್ಕೆ ಮತ್ತು ಮೊದಲ ಪೂರ್ಣತ್ವಕ್ಕೆ..."

ಈ ಇಡೀ ಕೃತಿಯನ್ನು ನನ್ನ ಪೂಜ್ಯ ತಾಯಿಯ ಪಾದಕಮಲಗಳಿಗೆ ಅತ್ಯಂತ ಭಕ್ತಿಯಿಂದ ಅರ್ಪಿಸುತ್ತಿದ್ದೇನೆ.ನಾನು ಶಬ್ದಗಳನ್ನು ಕಲಿಯುವ ಮೊದಲೇ ನನ್ನ ಮೌನವನ್ನು ಅರ್ಥೈಸಿಕೊಂಡವಳು ಅವಳು. ಈ ಜಗತ್ತಿಗೆ ನನ್ನನ್ನು ಪರಿಚಯಿಸಿದ ಆ ಜೀವವೇ, ನನ್ನ ಅಂತರಾತ್ಮದ ಅನ್ವೇಷಣೆಗೆ ಅರಿವಿಲ್ಲದೆಯೇ ಸ್ಫೂರ್ತಿಯಾಗಿದೆ.ಗರ್ಭದ ಅಂಧಕಾರದಲ್ಲಿ ನನಗೆ ಜೀವ ನೀಡಿದ ಆ ಮಮತೆ, ಇಂದು ಈ ಜ್ಞಾನದ ಬೆಳಕನ್ನು ಸೃಷ್ಟಿಸಲು ಶಕ್ತಿಯಾಗಿದೆ. ತಾಯಿಯ ಪ್ರೀತಿ ಎನ್ನುವುದು ಈ ಬ್ರಹ್ಮಾಂಡದ 'ಅನಂತ ಚೈತನ್ಯ'ದ ಒಂದು ಸಣ್ಣ ರೂಪ.

"ಅಮ್ಮಾ, ನಿನ್ನ ಪ್ರೀತಿಯೇ ನನ್ನ ಮೊದಲ ಜ್ಞಾನಕೋಶ."

ಪರಿವಿಡಿಗಳು

ಪರಿವಿಡಿಗಳು

ಮುನ್ನುಡಿ

ಮುನ್ನುಡಿ (Foreword)

ಮಾನವನ ಇತಿಹಾಸವು ಸದಾ 'ಏನನ್ನೋ ಪಡೆಯುವ' ಹಂಬಲದ ಕಥೆಯಾಗಿದೆ. ಅಧಿಕಾರ, ಸಂಪತ್ತು, ಜ್ಞಾನ ಮತ್ತು ಗುರುತಿಗಾಗಿ ಮನುಷ್ಯ ಓಡುತ್ತಲೇ ಬಂದಿದ್ದಾನೆ. ಆದರೆ, ಈ ಓಟದ ಕೊನೆಯಲ್ಲಿ ಅವನು ಕಂಡುಕೊಳ್ಳುವುದು ಕೇವಲ ದಣಿವು ಮತ್ತು ಅತೃಪ್ತಿಯನ್ನು ಮಾತ್ರ. ಈ ಪುಸ್ತಕವು ಆ ಓಟವನ್ನು ನಿಲ್ಲಿಸಿ, ಓಟಗಾರನನ್ನು ತನ್ನ ಮೂಲ ಸೆಲೆಗೆ ಮರಳಿಸುವ ಒಂದು ಪ್ರಯತ್ನ.'ಶೂನ್ಯ' ಎನ್ನುವುದು ಕೇವಲ ಒಂದು ಅಂಕಿ ಅಲ್ಲ; ಅದೊಂದು ಸ್ಥಿತಿ. ಪೂರ್ಣತೆಯ ಗರ್ಭದಲ್ಲಿರುವ ನಿಶ್ಯಬ್ದವನ್ನೇ ನಾವು ಶೂನ್ಯ ಎನ್ನುತ್ತೇವೆ. ಈ ಕೃತಿಯ ನಾಯಕ 'ಶೂನ್ಯ', ನಮ್ಮೆಲ್ಲರ ಒಳಗಿರುವ ಆ ಅನ್ವೇಷಕನ ಪ್ರತಿನಿಧಿ. ಅವನು ಕ್ರಮಿಸುವ 'ಅಕಾಲ' ಲೋಕ ಮತ್ತು 'ಅಮೂರ್ತ ನಗರ'ಗಳು ಭೌಗೋಳಿಕ ಪ್ರದೇಶಗಳಲ್ಲ, ಅವು ನಮ್ಮ ಪ್ರಜ್ಞೆಯ ವಿವಿಧ ಮಜಲುಗಳು.

ಈ ಪುಸ್ತಕವನ್ನು ಕೇವಲ ಕಾದಂಬರಿಯಾಗಿ ಓದಬೇಡಿ. ಇದೊಂದು 'ಅಸ್ತಿತ್ವದ ಪಠ್ಯಪುಸ್ತಕ' (Textbook of Existence). ಇಲ್ಲಿ ಬರುವ ಪ್ರತಿ ಅಧ್ಯಾಯವೂ ನಿಮ್ಮೊಳಗಿನ ಅಹಂಕಾರದ ಪದರಗಳನ್ನು ಒಂದೊಂದಾಗಿ ಸುಲಿಯುತ್ತಾ ಹೋಗುತ್ತದೆ. ನೀವು ಜಗತ್ತನ್ನು ಗೆಲ್ಲುವುದಕ್ಕಿಂತ ಮಿಗಿಲಾಗಿ, ನಿಮ್ಮನ್ನು ನೀವು ಕಳೆದುಕೊಳ್ಳುವುದು ಹೇಗೆ ಎಂಬುದನ್ನು ಇದು ಕಲಿಸುತ್ತದೆ.ಯಾರು ತಮ್ಮನ್ನು ತಾವು ಸಂಪೂರ್ಣವಾಗಿ ಖಾಲಿ ಮಾಡಿಕೊಳ್ಳುತ್ತಾರೋ, ಅವರಿಗೆ ಮಾತ್ರ ಈ ಬ್ರಹ್ಮಾಂಡದ ಅನಂತತೆ ದರ್ಶನವಾಗುತ್ತದೆ. ಶೂನ್ಯನ ಈ ಪಯಣವು ನಮಗೆ ನೀಡುವ ಅಂತಿಮ ಪಾಠವೆಂದರೆ—"ಜೀವನವು ಪಡೆಯುವುದರಲ್ಲಲ್ಲ, ಇರುವುದರಲ್ಲಿದೆ."

ಭಾಗ 1: ಶೂನ್ಯ ಸಂಪಾದನೆ

ಅಧ್ಯಾಯ 1: ಹೆಸರಿಲ್ಲದ ಹಾದಿ (The Nameless Path)ಮನುಷ್ಯನಿಗೆ ಸಮಾಜ ನೀಡಿದ 'ಹೆಸರು' ಮತ್ತು 'ಗುರುತು'ಗಳ ಭಾರದ ಪರಿಚಯ. ಶೂನ್ಯನು ತನ್ನ ಅಸ್ತಿತ್ವದ ಬಗ್ಗೆ ಪ್ರಶ್ನಿಸಲು ಆರಂಭಿಸುವ ಘಟ್ಟ.

ಅಧ್ಯಾಯ 2: ಅಹಂಕಾರದ ಕವಚಗಳು (The Layers of Ego)ನಮ್ಮ ಸುತ್ತಲಿರುವ ಪದರಗಳನ್ನು (ಅಂತಸ್ತು, ಜ್ಞಾನ, ಸಂಬಂಧ) ಒಂದೊಂದಾಗಿ ಗುರುತಿಸಿ ಅವುಗಳಿಂದ ದೂರ ಸರಿಯುವ ಪ್ರಯತ್ನ.

ಅಧ್ಯಾಯ 3: ಶಬ್ದಗಳ ಸಂತೆ (The Fair of Noises)ಹೊರಜಗತ್ತಿನ ಗದ್ದಲ ಮತ್ತು ಮನಸ್ಸಿನ ಒಳಗಿನ ನಿರಂತರ ಸಂಭಾಷಣೆ ಹೇಗೆ ಸತ್ಯವನ್ನು ಮರೆಮಾಚುತ್ತದೆ ಎಂಬ ವಿಶ್ಲೇಷಣೆ.

ಅಧ್ಯಾಯ 4: ಮೌನದ ಮೊದಲ ಹೆಜ್ಜೆ (The First Step into Silence)ಮಾತನ್ನು ನಿಲ್ಲಿಸಿ, ಕಿವಿಗಳನ್ನು ಒಳಗಿನ ಧ್ವನಿಗೆ ತೆರೆಯುವ ಕಲೆ. ನಿಶ್ಶಬ್ದದ ಶಕ್ತಿಯ ಪರಿಚಯ.

ಅಧ್ಯಾಯ 5: ಕಾಲದ ಸಂಕೋಲೆ (The Shackles of Time)ಭೂತಕಾಲದ ನೆನಪು ಮತ್ತು ಭವಿಷ್ಯದ ಆತಂಕಗಳೇ ಅಂತರಾತ್ಮಕ್ಕೆ ದೊಡ್ಡ ಬೇಡಿಗಳು ಎಂದು ಅರಿಯುವ ಕ್ಷಣ.

ಅಧ್ಯಾಯ 6: ವರ್ತಮಾನದ ಬಿಂದು (The Point of Now)ಸಮಯದ ಆಚೆ ನಿಂತು, ಕೇವಲ 'ಈ ಕ್ಷಣ'ದಲ್ಲಿ ಬದುಕುವ ರಹಸ್ಯದ ಅನಾವರಣ.

ಅಧ್ಯಾಯ 7: ಬಯಲಿನ ಕನ್ನಡಿ (The Mirror of the Void)ತನ್ನನ್ನು ತಾನು ಕೇವಲ ಒಬ್ಬ 'ಸಾಕ್ಷಿ'ಯಾಗಿ ನೋಡಲು ಆರಂಭಿಸುವುದು. ತನ್ನೊಳಗಿನ ಕನ್ನಡಿ ಸ್ವಚ್ಛವಾಗುವ ಹಂತ.

ಅಧ್ಯಾಯ 8: ಬಯಕೆಗಳ ವಿಸರ್ಜನೆ (Dissolving Desires)ಏನನ್ನೂ ಪಡೆಯುವ ಹಂಬಲವಿಲ್ಲದಿದ್ದಾಗ ಮಾತ್ರ ಪೂರ್ಣತ್ವದ ಅನುಭವವಾಗುತ್ತದೆ ಎಂಬ ತಾತ್ವಿಕ ಸತ್ಯ.

ಅಧ್ಯಾಯ 9: ನಾನಿಲ್ಲದ ನಾನು (The I-less Me)'ನಾನು' ಎಂಬ ಬಿಂದು ಕರಗಿ ಶೂನ್ಯದ ವಿಸ್ತಾರದಲ್ಲಿ ಲೀನವಾಗುವ ಮಹತ್ವದ ಅಧ್ಯಾಯ.

ಅಧ್ಯಾಯ 10: ಶೂನ್ಯದ ಹೊಸ್ತಿಲಲ್ಲಿ (At the Threshold of Zero)

ಭಾಗ 1ರ ಅಂತಿಮ ಹಂತ—ಸಂಪೂರ್ಣವಾಗಿ ಖಾಲಿಯಾದ ಮನಸ್ಸು ಈಗ ಬ್ರಹ್ಮಾಂಡದ ಜ್ಞಾನವನ್ನು ಸ್ವೀಕರಿಸಲು ಸಿದ್ಧವಾಗುವ ಸ್ಥಿತಿ.

1

ಅಧ್ಯಾಯ 1: ಸ್ತಬ್ಧಗೊಂಡ ಸಮಯದ ಸಾಕ್ಷಿ

'ಅಕಾಲ' ಲೋಕದ ಆಕಾಶವು ಕೆನ್ನೀರಳೆ ಬಣ್ಣದ ಮಂಜಿನಿಂದ ಆವೃತವಾಗಿತ್ತು. ಅಲ್ಲಿ ಗಾಳಿಯ ಚಲನೆ ಇರಲಿಲ್ಲ, ಎಲೆಗಳ ಮರ್ಮರವಿರಲಿಲ್ಲ. ಆ ಲೋಕದ ಪ್ರತಿಯೊಂದು ಕಣವೂ ಯಾವುದೋ ಒಂದು ನಿಗೂಢ ಮೌನಕ್ಕೆ ಶರಣಾದಂತಿತ್ತು. ಆ ಮೌನದ ನಡುವೆ, ಒಂದು ಬೆಟ್ಟದ ತುದಿಯಲ್ಲಿ ಕುಳಿತಿದ್ದ ಶೂನ್ಯನಿಗೆ ತನ್ನ ಉಸಿರಾಟದ ಸದ್ದು ಕೂಡ ಒಂದು ಭೀಕರ ಅಬ್ಬರದಂತೆ ಕೇಳಿಸುತ್ತಿತ್ತು.

ಅವನ ಸುತ್ತಲಿನ ಪರಿಸರವು ಕನ್ನಡಿಯಂತೆ ಪಾರದರ್ಶಕವಾಗಿತ್ತು. ಅವನು ತನ್ನ ಕೈಯನ್ನು ಚಾಚಿದಾಗ, ಆ ಗಾಳಿಯು ಬೆಳ್ಳಿಯ ತರಂಗಗಳಂತೆ ಕಂಪಿಸತೊಡಗಿತು. ಆ ಗ್ರಹದಲ್ಲಿ ಸೂರ್ಯನಿರಲಿಲ್ಲ, ಆದರೆ ಪ್ರತಿಯೊಂದು ವಸ್ತುವಿನ ಒಳಗಿನಿಂದಲೂ ಒಂದು ಮಸುಕಾದ ನೀಲಿ ಬೆಳಕು ಹೊರಹೊಮ್ಮುತ್ತಿತ್ತು. ಅದು ಹೊರಗಿನಿಂದ ಬಂದ ಬೆಳಕಲ್ಲ, ಬದಲಾಗಿ ಆ ವಸ್ತುವಿನ ಅಸ್ತಿತ್ವದ ಪ್ರಕಾಶವಾಗಿತ್ತು.

ಶೂನ್ಯನು ತನ್ನ ಪಕ್ಕದಲ್ಲಿದ್ದ ಒಂದು ಕಲ್ಲನ್ನು ಮುಟ್ಟಿದನು. ಆ ಕ್ಷಣದಲ್ಲಿ ಆ ಕಲ್ಲು ತನ್ನ ಘನರೂಪವನ್ನು ಕಳೆದುಕೊಂಡು ನಿಧಾನವಾಗಿ ಆವಿಯಂತೆ ಕರಗತೊಡಗಿತು. ಇದು ಅವನಿಗೆ ಶಾಪವೋ ಅಥವಾ ವರವೋ ಎಂಬುದು ಇನ್ನೂ ತಿಳಿದಿರಲಿಲ್ಲ. ಅವನು ಯಾವುದನ್ನು ಸ್ಪರ್ಶಿಸುತ್ತಾನೋ ಅದು ತನ್ನ ಭೌತಿಕ ಅಸ್ತಿತ್ವವನ್ನು ಕಳೆದುಕೊಂಡು 'ಅನಸ್ತಿತ್ವ'ಕ್ಕೆ ಮರಳುತ್ತಿತ್ತು. ಅವನಿಗೆ ತನ್ನ ಅಸ್ತಿತ್ವದ ಬಗ್ಗೆಯೇ ಅನುಮಾನ ಶುರುವಾಯಿತು. 'ನಾನು ಈ ಲೋಕವನ್ನು ನಾಶಮಾಡಲು ಬಂದವನೇ ಅಥವಾ ಈ ಲೋಕದ ನಿಜವಾದ ರೂಪವನ್ನು ದರ್ಶಿಸಲು ಬಂದವನೇ?' ಎಂಬ ಪ್ರಶ್ನೆ ಅವನನ್ನು ಕಾಡತೊಡಗಿತು.

ದೂರದ ಹರವುಗಳಲ್ಲಿ ಕಾಣಿಸುತ್ತಿದ್ದ ಆಕಾರಗಳು ಕ್ಷಣಕ್ಷಣಕ್ಕೂ ಬದಲಾಗುತ್ತಿದ್ದವು. ಅಲ್ಲಿ ಯಾವುದೂ ಶಾಶ್ವತವಾಗಿರಲಿಲ್ಲ. ಬೆಟ್ಟಗಳು ಬಯಲಾಗುತ್ತಿದ್ದವು, ಬಯಲುಗಳು ಹರಿವ ನದಿಯಾಗುತ್ತಿದ್ದವು. ಆ ಬದಲಾವಣೆಯ ವೇಗವು ಎಷ್ಟು ನಿಧಾನವಾಗಿತ್ತೆಂದರೆ, ಅದನ್ನು ಕೇವಲ ಸಂಪೂರ್ಣ ನಿಶ್ಚಲವಾಗಿರುವ ಕಣ್ಣುಗಳು ಮಾತ್ರ ಗುರುತಿಸಬಲ್ಲವು.

ಶೂನ್ಯನು ಕಣ್ಣು ಮುಚ್ಚಿದನು. ತಾನು ಕಣ್ಣು ಮುಚ್ಚಿದಾಗ ಈ ಲೋಕವು ಅಳಿಸಿಹೋಗುತ್ತದೆಯೇ ಅಥವಾ ತನ್ನೊಳಗೇ ಅಡಗಿರುತ್ತದೆಯೇ ಎಂಬ ಹಠಾತ್ ಕುತೂಹಲ ಅವನಲ್ಲಿ ಮೂಡಿತು. ಅವನು ತನ್ನೊಳಗಿನ ಆಲೋಚನೆಗಳನ್ನು ಒಂದೊಂದಾಗಿ ಸುಡುತ್ತಾ ಹೋದಂತೆ, ಅವನ ಸುತ್ತಲಿನ ಬೆಳಕು ಹಿರಿದಾಗತೊಡಗಿತು. ಆ ಮೌನದಲ್ಲಿ ಒಂದು ವಿಚಿತ್ರವಾದ ಗಾಯನ ಕೇಳಿಸತೊಡಗಿತು. ಅದು ಶಬ್ದವಲ್ಲ, ಅದು ಅಸ್ತಿತ್ವದ ಪ್ರತಿಧ್ವನಿ.

ಅವನು ಎದ್ದು ನಿಂತಾಗ, ಅವನ ಪಾದಗಳ ಕೆಳಗಿದ್ದ ನೆಲವು ಮರಳಿನಂತೆ ಸರಿಯಲಿಲ್ಲ; ಬದಲಾಗಿ ಅದು ಅವನ ಭಾರವನ್ನೇ ಇಲ್ಲದಂತೆ ಮಾಡಿತು. ಅವನು ನಡೆಯುತ್ತಿರಲಿಲ್ಲ, ಬದಲಾಗಿ ಆ ಮೌನದ ಹರಿವಿನಲ್ಲಿ ತೇಲುತ್ತಿದ್ದನು. ಅಲ್ಲಿಂದ ಅವನ ಮೊದಲ ಪಯಣ ಆರಂಭವಾಯಿತು—ತನ್ನನ್ನು ತಾನು ಕಳೆದುಕೊಂಡು, ಇಡೀ ಬ್ರಹ್ಮಾಂಡವನ್ನು ತನ್ನೊಳಗೆ ಕಂಡುಕೊಳ್ಳುವ ಪಯಣ.

2

ಅಧ್ಯಾಯ 2: ನೆರಳಿನನಿರಾಕರಣೆ

ಅವನು ಹೆಜ್ಜೆ ಇಟ್ಟಾಗಲೆಲ್ಲಾ 'ಅಕಾಲ' ಲೋಕದ ನೆಲವು ಪಾದರಸದಂತೆ ಕಂಪಿಸುತ್ತಿತ್ತು. ಶೂನ್ಯನು ಒಂದು ವಿಶಾಲವಾದ ಹರವು ತಲುಪಿದಾಗ, ಅಲ್ಲಿನ ಬೆಳಕು ಹಠಾತ್ತಾಗಿ ಮಸುಕಾಯಿತು. ಅವನ ಮುನ್ನಡೆಯುತ್ತಿದ್ದಂತೆ ಎದುರಿಗಿನ ಪಾರದರ್ಶಕ ಗೋಡೆಯ ಮೇಲೆ ಒಂದು ಕಪ್ಪು ಆಕೃತಿ ಮೂಡಿತು. ಅದು ಅವನದೇ ನೆರಳು, ಆದರೆ ಆ ನೆರಳು ಅವನ ಚಲನೆಯನ್ನು ಅನುಕರಿಸುತ್ತಿರಲಿಲ್ಲ.ಅವನು ನಿಂತರೂ ನೆರಳು ಚಲಿಸುತ್ತಿತ್ತು. ಅವನು ಕೈ ಎತ್ತದಿದ್ದರೂ ನೆರಳು ಆಕಾಶದತ್ತ ಕೈ ಚಾಚುತ್ತಿತ್ತು. ಆ ನೆರಳು ಅವನ ಹಳೆಯ ನೆನಪುಗಳ, ಆಸೆಗಳ ಮತ್ತು ಭಯಗಳ ಸಂಗ್ರಹದಂತೆ ಕಾಣುತ್ತಿತ್ತು. ಶೂನ್ಯನಿಗೆ ಮೊದಲ ಬಾರಿಗೆ ಭಯದ ಅನುಭವವಾಯಿತು. ತನ್ನಿಂದಲೇ ಬೇರ್ಪಟ್ಟ ಈ ಕಪ್ಪು ರೂಪ ಯಾವುದು?

"ನೀನು ನನ್ನನ್ನು ಬಿಟ್ಟು ಹೋಗಲು ಸಾಧ್ಯವಿಲ್ಲ," ಎಂಬ ಅಶರೀರವಾಣಿಯೊಂದು ಆ ನೆರಳಿನಿಂದಲೇ ಹೊರಬಂದಂತೆ ಭಾಸವಾಯಿತು. ಶೂನ್ಯನು ಆ ನೆರಳನ್ನು ಮುಟ್ಟಲು ಪ್ರಯತ್ನಿಸಿದನು. ಆದರೆ ಅವನು ಸ್ಪರ್ಶಿಸಿದ ಜಾಗದಲ್ಲಿ ಏನೂ ಇರಲಿಲ್ಲ, ಕೇವಲ ಶೂನ್ಯತೆ ಮಾತ್ರವಿತ್ತು. ಆ ನೆರಳು ಅವನನ್ನು ಅಣಕಿಸುತ್ತಾ ಹಿರಿದಾಗುತ್ತಾ ಹೋಯಿತು, ಇಡೀ ಆಕಾಶವನ್ನು ಮುಚ್ಚುವಂತೆ ಬೆಳೆಯಿತು.ಆ ಕ್ಷಣದಲ್ಲಿ ಶೂನ್ಯನಿಗೆ ಒಂದು ಸತ್ಯ ಹೊಳೆಯಿತು. ನೆರಳು ಇರುವುದು ಬೆಳಕಿನ ಅಡೆತಡೆಯಿಂದಾಗಿ. ಅವನು ತನ್ನನ್ನು ತಾನು ಒಂದು ಘನ ವಸ್ತುವೆಂದು ಭಾವಿಸಿದ್ದರಿಂದಲೇ ಆ ನೆರಳು ಹುಟ್ಟಿಕೊಂಡಿತ್ತು. ಅವನು ತನ್ನ ದೇಹದ ಅಸ್ತಿತ್ವದ ಮೇಲಿನ ವ್ಯಾಮೋಹವನ್ನು ಬಿಟ್ಟು, ತನ್ನನ್ನು ತಾನು ಕೇವಲ ಒಂದು ಅರಿವಿನ ತರಂಗವೆಂದು ಭಾವಿಸಿದ ಕ್ಷಣ, ಆ ದೈತ್ಯ ನೆರಳು

ಕ್ಷೀಣಿಸತೊಡಗಿತು.

ಅವನು ತನ್ನ ಉಸಿರನ್ನು ಬಿಗಿಹಿಡಿದು, ತನ್ನೊಳಗಿನ 'ನಾನು' ಎಂಬ ಕೊನೆಯ ಕಣವನ್ನು ಕರಗಿಸಿದನು. ಆಗ ಆ ಕಪ್ಪು ನೆರಳು ಬಣ್ಣ ಕಳೆದುಕೊಂಡು ಮಂಜಿನಂತೆ ಚದುರಿಹೋಯಿತು. ಅಲ್ಲಿ ನೆರಳು ಇರಲಿಲ್ಲ, ಬೆಳಕೂ ಇರಲಿಲ್ಲ; ಕೇವಲ ಶುದ್ಧವಾದ ಬಯಲು ಮಾತ್ರ ಇತ್ತು.ಅವನು ಈಗ ಹಗುರವಾಗಿದ್ದನು. ಭಾರವಿಲ್ಲದ, ಆಕಾರವಿಲ್ಲದ, ಹೆಸರಿಲ್ಲದ ಒಂದು ಸ್ಥಿತಿಗೆ ಅವನು ತಲುಪಿದ್ದನು. ದೂರದಲ್ಲಿ ಒಂದು ಅದೃಶ್ಯ ಗೋಪುರ ಕಾಣಿಸತೊಡಗಿತು. ಅದು 'ಅಮೂರ್ತ ನಗರ'ದ ಮೊದಲ ಗುರುತಾಗಿತ್ತು. ಅಲ್ಲಿಗೆ ತಲುಪಲು ಅವನು ತನ್ನ ದೃಷ್ಟಿಯನ್ನೇ ಬದಲಿಸಬೇಕಿತ್ತು.

3

ಅಧ್ಯಾಯ 3: ಅಮೂರ್ತನಗರದಪ್ರವೇಶ

ಅಮೂರ್ತ ನಗರವು ಕಣ್ಣಿಗೆ ಕಾಣುವ ಕಟ್ಟಡಗಳಿಂದ ಕೂಡಿರಲಿಲ್ಲ. ಅದು ಕೇವಲ ಕಂಪನಗಳ ಜಾಲವಾಗಿತ್ತು. ಶೂನ್ಯನು ನಗರದ ಗಡಿಯನ್ನು ತಲುಪಿದಾಗ, ಅಲ್ಲಿನ ಗಾಳಿಯು ಘನವಾಗಿ ಮಾರ್ಪಟ್ಟಿತು. ಪ್ರತಿಯೊಂದು ಹೆಜ್ಜೆಯೂ ಒಂದು ನಿರ್ಧಾರದಂತಿರಬೇಕಿತ್ತು. ಅಲ್ಲಿ ಭೂಮಿಯ ಗುರುತ್ವಾಕರ್ಷಣೆ ಇರಲಿಲ್ಲ; ಬದಲಾಗಿ ಆಲೋಚನೆಗಳೇ ಅಲ್ಲಿನ ಭಾರವನ್ನು ನಿರ್ಧರಿಸುತ್ತಿದ್ದವು.ನಗರದ ಒಳಭಾಗದಲ್ಲಿ ಆಕಾರಗಳು ಸ್ಥಿರವಾಗಿರಲಿಲ್ಲ. ಒಂದು ಕ್ಷಣ ಗೋಪುರದಂತೆ ಕಂಡದ್ದು ಮರುಕ್ಷಣವೇ ಹರಿಯುವ ಜಲಪಾತದಂತೆ ಕರಗುತ್ತಿತ್ತು. ಅಲ್ಲಿನ ನಿವಾಸಿಗಳು ಯಾರು ಎಂಬುದು ತಿಳಿಯುತ್ತಿರಲಿಲ್ಲ, ಏಕೆಂದರೆ ಪ್ರತಿಯೊಬ್ಬರೂ ಬೆಳಕಿನ ಎಳೆಗಳಂತೆ ಕಂಡುಬರುತ್ತಿದ್ದರು. ಶೂನ್ಯನು ಆ ನಗರದ ಕೇಂದ್ರದತ್ತ ಸಾಗುತ್ತಿದ್ದಂತೆ, ಅವನಿಗೆ ತನ್ನ ಹಳೆಯ ನೆನಪುಗಳೆಲ್ಲವೂ ಒಂದು ಕ್ಷಣ ಮಿಂಚಿನಂತೆ ಬಂದು ಹೋದವು. ಆದರೆ ಅವುಗಳನ್ನು ಹಿಡಿದಿಟ್ಟುಕೊಳ್ಳಲು ಪ್ರಯತ್ನಿಸಿದ ತಕ್ಷಣ, ಆ ನಗರದ ಕಂಪನವು ಅವನನ್ನು ಹೊರಕ್ಕೆ ತಳ್ಳುತ್ತಿತ್ತು.

"ಇಲ್ಲಿ ರೂಪವಿಲ್ಲದವನೇ ರಾಜ," ಎಂಬ ಧ್ವನಿಯೊಂದು ಅವನ ಎದೆಯಾಳದಿಂದಲೇ ಕೇಳಿಸಿತು.

ಶೂನ್ಯನು ತನ್ನ ಕಣ್ಣುಗಳನ್ನು ಸಂಪೂರ್ಣವಾಗಿ ಮುಚ್ಚಿಕೊಂಡನು. ಅವನು ಹೊರಗಿನ ಜಗತ್ತನ್ನು ನೋಡುವುದನ್ನು ನಿಲ್ಲಿಸಿದಾಗ ಮಾತ್ರ ಆ ನಗರದ ನೈಜ ರೂಪವು ಅವನಿಗೆ ದರ್ಶನವಾಯಿತು. ಅದು ಕೇವಲ ಒಂದು ಶಕ್ತಿಯ ಕೇಂದ್ರವಾಗಿತ್ತು. ಅಲ್ಲಿ 'ಮಾಡುವುದು' ಎಂಬ ಕ್ರಿಯೆಯಿರಲಿಲ್ಲ, ಕೇವಲ 'ಇರುವುದು' ಮಾತ್ರವಿತ್ತು. ಅವನು ಒಂದು ಆಕಾರವಿಲ್ಲದ ಸಿಂಹಾಸನದ ಮೇಲೆ

ಕುಳಿತಂತೆ ಭಾಸವಾಯಿತು.ಆ ಕ್ಷಣದಲ್ಲಿ ಅವನಿಗೆ ತಿಳಿದಿದ್ದು ಏನೆಂದರೆ—ಈ ನಗರವು ಹೊರಗೆಲ್ಲೂ ಇಲ್ಲ, ಇದು ಅವನದೇ ಅಂತರಾಳದ ಪ್ರತಿಬಿಂಬ. ಅವನು ಎಷ್ಟು ಶೂನ್ಯವಾಗುತ್ತಾನೋ, ಆ ನಗರ ಅಷ್ಟು ಸುಂದರವಾಗಿ ಅರಳುತ್ತಿತ್ತು. ಅವನು ಅಹಂಕಾರವನ್ನು ಅಳಿಸಿದಾಗ, ಆ ಇಡೀ ನಗರವು ಅವನ ಅಧೀನವಾಯಿತು.

4

ಅಧ್ಯಾಯ 4: ನಿಶ್ಯಬ್ದದಮಹಾಸಾಗರ

ಅಮೂರ್ತ ನಗರದ ಕೇಂದ್ರಭಾಗವನ್ನು ತಲುಪಿದಾಗ ಶೂನ್ಯನಿಗೆ ಒಂದು ವಿಚಿತ್ರ ಅನುಭವವಾಯಿತು. ಅಲ್ಲಿ ಬೆಳಕೂ ಇರಲಿಲ್ಲ, ಕತ್ತಲೆಯೂ ಇರಲಿಲ್ಲ; ಕೇವಲ ಒಂದು ನಿಶ್ಚಲವಾದ ಪ್ರವಾಹವಿತ್ತು. ಆ ನಗರದ ಪ್ರತಿಯೊಂದು ಕಣವೂ ಅವನ ಆಲೋಚನೆಗಳಿಗೆ ತಕ್ಕಂತೆ ಬಣ್ಣ ಬದಲಿಸುತ್ತಿತ್ತು. ಅವನು ಕ್ಷಣಕಾಲ ತನ್ನ ಹಳೆಯ ಲೋಕದ ಸದ್ದನ್ನು ನೆನಪಿಸಿಕೊಂಡ ತಕ್ಷಣ, ಆ ಶಾಂತ ನಗರದಲ್ಲಿ ಬಿರುಗಾಳಿ ಎದ್ದಂತಾಯಿತು. ಆಕಾರಗಳು ವಿಕಾರಗೊಂಡು ಅವನನ್ನೇ ನುಂಗಲು ಬಂದವು.ಆಗ ಅವನಿಗೆ ಅರ್ಥವಾಯಿತು—ಇಲ್ಲಿನ ಅಸ್ಥಿರತೆಗೆ ಹೊರಗಿನ ಶಕ್ತಿ ಕಾರಣವಲ್ಲ, ಅವನ ಒಳಗಿನ ಹಳೆಯ ಸಂಸ್ಕಾರಗಳೇ ಕಾರಣ. ಅವನು ತಕ್ಷಣವೇ ತನ್ನ ಮನಸ್ಸನ್ನು ಒಂದು ನಿಶ್ಚಲ ಸರೋವರದಂತೆ ಮಾಡಿಕೊಂಡನು. ಎದ್ದ ಅಲೆಗಳೆಲ್ಲವೂ ತಾವಾಗಿಯೇ ಮಣಿದವು.

ನಗರದ ಹೃದಯಭಾಗದಲ್ಲಿ ಒಂದು ಬೃಹತ್ 'ಶೂನ್ಯ ಪೀಠ'ವಿತ್ತು. ಅದು ಕಲ್ಲಿನಿಂದ ಮಾಡಿದ್ದಲ್ಲ, ಮೌನದಿಂದ ಕೆತ್ತಲ್ಪಟ್ಟ ಹರಳುಗಳಂತೆ ಭಾಸವಾಗುತ್ತಿತ್ತು. ಶೂನ್ಯನು ಆ ಪೀಠದ ಮೇಲೆ ಕುಳಿತಾಗ, ಅವನ ದೇಹದ ಪ್ರತಿ ಜೀವಕೋಶವೂ ಕರಗಿ ಹೋಗಿ ಆ ಗಾಳಿಯಲ್ಲಿ ಲೀನವಾಯಿತು. ಅವನು ಈಗ ಕೇವಲ ಒಂದು 'ಸಾಕ್ಷಿ'ಯಾಗಿದ್ದನು. ಅಲ್ಲಿ ಅವನಿಗೆ ಜಗತ್ತಿನ ಎಲ್ಲಾ ರಹಸ್ಯಗಳು ಒಂದು ಬಿಂದುವಿನಲ್ಲಿ ಕಾಣಿಸತೊಡಗಿದವು.ಗೆಲುವು ಎಂದರೆ ಏನನ್ನೋ ಪಡೆಯುವುದಲ್ಲ, ಬದಲಾಗಿ ಪಡೆಯಬೇಕು ಎಂಬ ಹಂಬಲವನ್ನೇ ಕಳೆದುಕೊಳ್ಳುವುದು. ಸಾಧನೆ ಎಂದರೆ ಎತ್ತರಕ್ಕೆ ಏರುವುದಲ್ಲ, ಬದಲಾಗಿ ಅಹಂಕಾರದ ತಳವನ್ನು ಮುಟ್ಟಿ ಶೂನ್ಯವಾಗುವುದು. ಈ ಸತ್ಯದ ದರ್ಶನವಾದಾಗ ಅವನಿಗೆ ತನ್ನ ಹಳೆಯ ಹೆಸರೂ

ಮರೆತುಹೋಯಿತು. ಅವನು ಕೇವಲ ಒಂದು 'ಇರುವಿಕೆ'ಯಾದನು.

ಆ ನಗರದ ಗೋಡೆಗಳು ಪ್ರತಿಧ್ವನಿಸಿದವು: "ಯಾರು ಏನೂ ಅಲ್ಲವೋ, ಅವರು ಎಲ್ಲವೂ ಆಗಬಲ್ಲರು."ಶೂನ್ಯನು ಈಗ ನಗರದ ಭಾಗವಾಗಿರಲಿಲ್ಲ, ಆ ನಗರವೇ ಅವನೊಳಗೆ ಅಡಗಿತ್ತು. ಅಂತಿಮವಾಗಿ ಅವನು 'ಮಹಾ ಶೂನ್ಯ ಸಂಪಾದನೆ'ಯ ಅಂಚಿನಲ್ಲಿ ನಿಂತಿದ್ದನು. ಅಲ್ಲಿಂದ ಮುಂದಿನ ಹಾದಿಯು ಮರಳಿ ಲೋಕಕ್ಕೆ ಹೋಗುವುದಾಗಿತ್ತು, ಆದರೆ ಒಬ್ಬ ಸಾಮಾನ್ಯ ಮನುಷ್ಯನಾಗಿ ಅಲ್ಲ—ಒಂದು 'ನಿಶ್ಯಬ್ದದ ಶಕ್ತಿ'ಯಾಗಿ.

5

ಅಧ್ಯಾಯ 5: ಪ್ರವಾಹದಹರಿವಿನಮೌನ

ಅಮೂರ್ತ ನಗರದ ಹೃದಯಭಾಗದಲ್ಲಿ ಶೂನ್ಯನು ಕರಗಿದ್ದಾಗ, ಅವನಿಗೆ ಒಂದು ದೃಶ್ಯ ಕಾಣಿಸಿತು. ಅದು ಅವನ ಹಳೆಯ ಜಗತ್ತು—ಅಲ್ಲಿನ ಗದ್ದಲ, ಜನರ ಆತುರ, ಅತೃಪ್ತಿಯ ಕಿರುಚಾಟ ಮತ್ತು ಎಂದಿಗೂ ಮುಗಿಯದ ಆಸೆಗಳ ಓಟ. ಆದರೆ ಈಗ ಅವನಿಗೆ ಆ ದೃಶ್ಯವು ಒಂದು ನಾಟಕದಂತೆ ಕಂಡಿತು. ಅವನು ಆ ಜಗತ್ತಿಗೆ ಮರಳಬೇಕಿತ್ತು, ಆದರೆ ಅವನು ಅಲ್ಲಿಗೆ ಹೋದರೆ ಆ ಗದ್ದಲದಲ್ಲಿ ಮತ್ತೆ ಕಳೆದುಹೋಗುವನೇ ಎಂಬ ಸಣ್ಣ ಸಂಶಯವೊಂದು ಅವನ ಅರಿವಿನ ಅಂಚಿನಲ್ಲಿ ಮೂಡಿತು.ತಕ್ಷಣವೇ ಆ ಶೂನ್ಯ ಪೀಠದ ಮೇಲಿಂದ ಒಂದು ತಣ್ಣನೆಯ ಕಂಪನವು ಅವನನ್ನು ಆವರಿಸಿತು. ಅದು ಮಹಾಪ್ರಭುಗಳ ಅಂತಿಮ ಬೋಧನೆಯಂತಿತ್ತು: "ಮೌನವು ಗವಿಯೊಳಗಿದ್ದರೆ ಅದು ಕೇವಲ ಏಕಾಂತ; ಆದರೆ ಅದೇ ಮೌನವು ಗದ್ದಲದ ಮಧ್ಯದಲ್ಲಿದ್ದರೆ ಅದುವೇ ಶೂನ್ಯ ಸಂಪಾದನೆ."ಶೂನ್ಯನು ಕಣ್ಣುಬಿಟ್ಟಾಗ ಅವನು ಅಮೂರ್ತ ನಗರದಲ್ಲೂ ಇರಲಿಲ್ಲ, ಅಕಾಲ ಲೋಕದಲ್ಲೂ ಇರಲಿಲ್ಲ. ಅವನು ತನ್ನ ಹಳೆಯ ಜಗತ್ತಿನ ಒಂದು ಕಿಕ್ಕಿರಿದು ತುಂಬಿದ ಮಾರುಕಟ್ಟೆಯ ಮಧ್ಯದಲ್ಲಿ ನಿಂತಿದ್ದನು. ಜನ ಒಬ್ಬರನ್ನೊಬ್ಬರು ತಳ್ಳುತ್ತಿದ್ದರು, ವಾಹನಗಳ ಕರ್ಕಶ ಸದ್ದು ಕಿವಿಯ ಮೇಲೆ ಅಪ್ಪಳಿಸುತ್ತಿತ್ತು. ಆದರೆ ಅದ್ಭುತವೆಂದರೆ, ಆ ಸದ್ದು ಅವನನ್ನು ಮುಟ್ಟುತ್ತಿರಲಿಲ್ಲ. ಅವನ ಸುತ್ತಲೂ ಒಂದು ಅದೃಶ್ಯ 'ನಿರ್ವಾಯು' ಕವಚವಿತ್ತು.

ಅವನು ಮೌನವಾಗಿ ಹೆಜ್ಜೆ ಇಟ್ಟನು. ಅವನು ನಡೆದ ಹಾದಿಯಲ್ಲಿ ಗದ್ದಲವು ತಾನಾಗಿಯೇ ಹಾದಿ ಬಿಡುತ್ತಿತ್ತು. ಅವನನ್ನು ನೋಡಿದ ಜನರ ಕಣ್ಣುಗಳಲ್ಲಿನ ಆತಂಕವು ಒಂದು ಕ್ಷಣ ತಿಳಿಯಾಗುತ್ತಿತ್ತು. ಅವನು ಯಾವುದನ್ನೂ ಹೇಳುತ್ತಿರಲಿಲ್ಲ, ಯಾವುದನ್ನೂ ಮಾಡುತ್ತಿರಲಿಲ್ಲ; ಕೇವಲ ಅವನ 'ಇರುವಿಕೆ'ಯೇ

ಅಲ್ಲಿನ ವಾತಾವರಣವನ್ನು ಬದಲಿಸುತ್ತಿತ್ತು.ಅವನು ಒಂದು ಸಣ್ಣ ಮಗುವಿನ ಬಳಿ ಹೋದನು. ಆ ಮಗು ಅಳುತ್ತಿತ್ತು. ಶೂನ್ಯನು ಮಗುವಿನ ತಲೆಯ ಮೇಲೆ ಕೈ ಇಟ್ಟ ತಕ್ಷಣ, ಆ ಮಗು ಮೌನವಾಯಿತು ಮತ್ತು ಅದರ ಕಣ್ಣುಗಳಲ್ಲಿ ಅದೇ 'ಅಕಾಲ' ಲೋಕದ ನೀಲಿ ಬೆಳಕು ಮಿಂಚಿತು. ಶೂನ್ಯನಿಗೆ ಅರ್ಥವಾಯಿತು—ಅವನು ಯಾವುದನ್ನು ಶಾಪವೆಂದುಕೊಂಡಿದ್ದನೋ, ಅಂದರೆ ತಾನು ಮುಟ್ಟಿದ್ದೆಲ್ಲಾ ಕರಗುವ ಶಕ್ತಿ, ಅದು ಈಗ ರೂಪಾಂತರಗೊಂಡಿತ್ತು. ಅವನು ಈಗ ವಸ್ತುಗಳನ್ನು ನಾಶಮಾಡುತ್ತಿರಲಿಲ್ಲ, ಬದಲಾಗಿ ಜನರೊಳಗಿನ 'ಅಶಾಂತಿ'ಯನ್ನು ಕರಗಿಸುತ್ತಿದ್ದನು.

ಅವನು ಜನಸಂದಣಿಯ ನಡುವೆ ಮಾಯವಾಗಲಿಲ್ಲ; ಬದಲಾಗಿ ಆ ಜನಸಂದಣಿಯೇ ಅವನ ಶಾಂತಿಯ ಸಾಗರದಲ್ಲಿ ಲೀನವಾದಂತೆ ಕಂಡಿತು. ಶೂನ್ಯ ಸಂಪಾದನೆಯು ಕೇವಲ ಅವನ ವೈಯಕ್ತಿಕ ಮುಕ್ತಿಯಾಗಿರಲಿಲ್ಲ, ಅದು ಇಡೀ ಜಗತ್ತನ್ನು ಮೌನದತ್ತ ಕರೆದೊಯ್ಯುವ ಒಂದು ಮಹಾನ್ ಕ್ರಾಂತಿಯಾಗಿತ್ತು.

6

ಅಧ್ಯಾಯ 6: ಪ್ರತಿಬಿಂಬಗಳಮಾರುಕಟ್ಟೆ

ಶೂನ್ಯನು ಮಾರುಕಟ್ಟೆಯ ಗದ್ದಲದ ನಡುವೆ ನಿಂತಿದ್ದರೂ, ಅವನ ಒಳಗೆ ಒಂದು ಅಗಾಧವಾದ ಮೌನ ಮನೆಮಾಡಿತ್ತು. ಜನರು ಒಬ್ಬರನ್ನೊಬ್ಬರು ತಳ್ಳುತ್ತಾ, ಬೆಲೆಗಳ ಬಗ್ಗೆ ಚೌಕಾಶಿ ಮಾಡುತ್ತಾ, ಗಾಬರಿಯಿಂದ ಓಡುತ್ತಿದ್ದರು. ಪ್ರತಿಯೊಬ್ಬರ ಮುಖದಲ್ಲೂ ಏನನ್ನೋ ಕಳೆದುಕೊಳ್ಳುವ ಭೀತಿ ಅಥವಾ ಏನನ್ನೋ ಪಡೆಯಲೇಬೇಕೆಂಬ ಹಪಾಹಪಿ ಎದ್ದು ಕಾಣುತ್ತಿತ್ತು. ಶೂನ್ಯನಿಗೆ ಅವರೆಲ್ಲರೂ ತಮ್ಮದೇ ಆದ 'ಅಹಂಕಾರದ ನೆರಳು'ಗಳ ಹಿಂದೆ ಓಡುತ್ತಿರುವಂತೆ ಭಾಸವಾಯಿತು.ಅವನು ಒಂದು ಹಳೆಯ ಗೋಡೆಯ ಪಕ್ಕದಲ್ಲಿ ಸುಮ್ಮನೆ ಕುಳಿತುಕೊಂಡನು. ಅವನು ಯಾವುದನ್ನೂ ವಿರೋಧಿಸಲಿಲ್ಲ, ಯಾವುದನ್ನೂ ಆಕರ್ಷಿಸಲಿಲ್ಲ. ಕೇವಲ ಒಬ್ಬ 'ಸಾಕ್ಷಿ'ಯಾಗಿ ಆ ಗದ್ದಲವನ್ನು ಗಮನಿಸುತ್ತಿದ್ದನು. ವಿಚಿತ್ರವೆಂದರೆ, ಅವನು ಎಷ್ಟು ನಿಶ್ಚಲನಾಗಿದ್ದನೆಂದರೆ, ಅವನ ಪಕ್ಕದಲ್ಲಿ ಸಾಗುತ್ತಿದ್ದ ಜನರ ವೇಗವು ಅವನ ಹತ್ತಿರ ಬಂದಾಗ ತಾನಾಗಿಯೇ ಕಡಿಮೆಯಾಗುತ್ತಿತ್ತು. ಅವನ ಸುತ್ತಲೂ ಒಂದು ಅದೃಶ್ಯವಾದ 'ಶಾಂತಿ ವಲಯ' ನಿರ್ಮಾಣವಾಗಿತ್ತು.

ಅಲ್ಲಿಗೆ ಒಬ್ಬ ವ್ಯಾಪಾರಿ ಬಂದನು. ಅವನ ಮುಖದಲ್ಲಿ ಅತೀವವಾದ ಆತಂಕವಿತ್ತು. "ಯಾರಪ್ಪ ನೀನು? ಇಲ್ಲಿ ಯಾಕೆ ಸುಮ್ಮನೆ ಕುಳಿತಿದ್ದೀಯಾ? ವ್ಯಾಪಾರಕ್ಕೆ ಜಾಗ ಬಿಡು," ಎಂದು ಕರ್ಕಶವಾಗಿ ಕೂಗಿದನು.ಶೂನ್ಯನು ನಿಧಾನವಾಗಿ ಕಣ್ಣುಬಿಟ್ಟು ಆ ವ್ಯಾಪಾರಿಯ ಕಣ್ಣುಗಳನ್ನು ನೇರವಾಗಿ ನೋಡಿದನು. ಆ ನೋಟದಲ್ಲಿ ಯಾವುದೇ ಸಿಟ್ಟು ಇರಲಿಲ್ಲ, ಕೇವಲ ಒಂದು ಆಳವಾದ 'ಖಾಲಿ ತನ'ವಿತ್ತು. ವ್ಯಾಪಾರಿಯು ಆ ಕಣ್ಣುಗಳಲ್ಲಿ ತನ್ನದೇ ಪ್ರತಿಬಿಂಬವನ್ನು

ಕಂಡನು—ಆದರೆ ಅದು ಅವನ ಈಗಿನ ಆತಂಕದ ಮುಖವಾಗಿರಲಿಲ್ಲ, ಬದಲಾಗಿ ಅವನು ಮಗುವಾಗಿದ್ದಾಗ ಅನುಭವಿಸುತ್ತಿದ್ದ ಆ ಮುಗ್ಧ ಮೌನವಾಗಿತ್ತು. ವ್ಯಾಪಾರಿಯ ಕೂಗು ಹಠಾತ್ತಾಗಿ ನಿಂತುಹೋಯಿತು. ಅವನ ಕೈಯಲ್ಲಿದ್ದ ವಸ್ತುಗಳು ಕೆಳಗೆ ಬಿದ್ದವು, ಅವನಿಗೆ ತಾನು ಯಾಕೆ ಇಷ್ಟೊಂದು ಗಡಿಬಿಡಿ ಮಾಡುತ್ತಿದ್ದೇನೆ ಎಂಬ ಅರಿವೇ ಇಲ್ಲದಂತಾಯಿತು.

"ನನ್ನೊಳಗಿನ ಸದ್ದು ನಿಂತುಹೋಯಿತು... ನೀನು ಯಾರು?" ಎಂದು ವ್ಯಾಪಾರಿ ಪಿಸುಗುಟ್ಟಿದನು.

ಶೂನ್ಯನು ಮೆಲ್ಲನೆ ಉತ್ತರಿಸಿದನು: "ನಾನು ಯಾರೂ ಅಲ್ಲ. ನಾನು ಕೇವಲ ಒಂದು ಕನ್ನಡಿ. ನಿನ್ನೊಳಗಿನ ಶೂನ್ಯವನ್ನು ನೀನು ನೋಡಲು ನಾನೊಂದು ನೆಪ ಮಾತ್ರ."ಆ ದಿನ ಮಾರುಕಟ್ಟೆಯಲ್ಲಿ ಒಂದು ಅಚ್ಚರಿ ನಡೆಯಿತು. ಹತ್ತಿರವಿದ್ದವರೆಲ್ಲರೂ ತಮ್ಮ ಕೆಲಸಗಳನ್ನು ನಿಲ್ಲಿಸಿ ಆ ಶಾಂತಿಯ ಹರಿವಿನಲ್ಲಿ ಅರಿಯದೆ ಮಿಂದರು. ಅಲ್ಲಿ ಲಾಭ-ನಷ್ಟದ ಲೆಕ್ಕಾಚಾರವಿರಲಿಲ್ಲ, ಕೇವಲ ಒಬ್ಬರಿಗೊಬ್ಬರು ಅರಿವಿನಿಂದ ನೋಡುವ 'ಸಮಯ'ವಿತ್ತು. ಶೂನ್ಯನಿಗೆ ತಿಳಿಯಿತು—ತನ್ನ ಕೆಲಸ ಕೇವಲ ಮೌನವಾಗಿರುವುದಲ್ಲ, ಮನುಷ್ಯರು ಮರೆತುಹೋದ ಆ 'ಆಂತರಿಕ ಅಕಾಲ'ವನ್ನು ಅವರೊಳಗೆ ಮತ್ತೆ ಜಾಗೃತಗೊಳಿಸುವುದು.ಜಗತ್ತು ಅವನನ್ನು ಒಬ್ಬ ಮಹಾತ್ಮನೆಂದು ಕರೆಯಲು ಶುರು ಮಾಡಿತು. ಆದರೆ ಅವನು ಆ ಹೆಸರನ್ನೂ ತನ್ನ ಮೌನದಲ್ಲಿ ಕರಗಿಸಿ, ತನ್ನ ಪಯಣವನ್ನು ಮುಂದುವರಿಸಿದನು.

7

ಅಧ್ಯಾಯ 7: ಅಧಿಕಾರದಅಸ್ಥಿರತೆ

ಶೂನ್ಯನ ಸುತ್ತ ಮೂಡುತ್ತಿದ್ದ ಆ ನಿಗೂಢ ಶಾಂತಿಯ ಸುದ್ದಿ ಕಾಳ್ಗಿಚ್ಚಿನಂತೆ ಹಬ್ಬಿತು. ಇದು ಕೇವಲ ಮಾರುಕಟ್ಟೆಯ ವ್ಯಾಪಾರಿಗಳನ್ನಷ್ಟೇ ಅಲ್ಲ, ಆ ನಗರವನ್ನು ಆಳುತ್ತಿದ್ದ **'ಅಧಿಪತಿ'**ಯನ್ನೂ ತಲುಪಿತು. ಅಧಿಪತಿಯು ಚಿನ್ನದ ಗೋಡೆಗಳ ನಡುವೆ ವಾಸಿಸುತ್ತಿದ್ದರೂ, ಅವನ ಮನಸ್ಸು ಸದಾ ಆತಂಕದ ಗೂಡಾಗಿತ್ತು. ಅವನಿಗೆ ಶೂನ್ಯನ ಈ 'ಏನೂ ಮಾಡದಿದ್ದರೂ ಎಲ್ಲವನ್ನೂ ಬದಲಿಸುವ' ಶಕ್ತಿಯ ಬಗ್ಗೆ ಭಯ ಹುಟ್ಟಿತು.ಅಧಿಪತಿಯು ತನ್ನ ಸೈನಿಕರನ್ನು ಕಳುಹಿಸಿ ಶೂನ್ಯನನ್ನು ತನ್ನ ಅರಮನೆಗೆ ಕರೆತರುವಂತೆ ಆಜ್ಞಾಪಿಸಿದನು. ಶೂನ್ಯನು ಯಾವುದೇ ಪ್ರತಿರೋಧವಿಲ್ಲದೆ ಅರಮನೆಯನ್ನು ಪ್ರವೇಶಿಸಿದನು. ಅರಮನೆಯು ವೈಭವದಿಂದ ಕೂಡಿತ್ತು, ಆದರೆ ಅಲ್ಲಿನ ಪ್ರತಿಯೊಂದು ವಸ್ತುವೂ ಕೇವಲ ಅಧಿಪತಿಯ ಅಹಂಕಾರದ ಪ್ರದರ್ಶನವಾಗಿತ್ತು.

"ನನ್ನ ರಾಜ್ಯದಲ್ಲಿ ನೀನು ಜನರ ಕೆಲಸಗಳನ್ನು ನಿಲ್ಲಿಸುತ್ತಿದ್ದೀಯಾ ಎಂದು ಕೇಳಿದೆ. ನೀನು ಯಾವ ಮಂತ್ರವನ್ನು ಬಳಸುತ್ತಿದ್ದೀಯಾ?" ಎಂದು ಅಧಿಪತಿಯು ಸಿಂಹಾಸನದ ಮೇಲಿಂದ ಗುಡುಗಿದನು.ಶೂನ್ಯನು ಶಾಂತವಾಗಿ ಅಧಿಪತಿಯನ್ನು ನೋಡಿದನು. ಅಧಿಪತಿಯ ಹಿಂದೆ ಇದ್ದ ಬೃಹತ್ ಕನ್ನಡಿಗಳಲ್ಲಿ ಅವನ ಕಿರೀಟ ಮತ್ತು ಆಭರಣಗಳು ಮಿನುಗುತ್ತಿದ್ದವು. ಶೂನ್ಯನು ಕೇವಲ ಒಂದು ಹೆಜ್ಜೆ ಮುಂದೆ ಇಟ್ಟನು. ಅವನು ಚಲಿಸಿದಾಗ ಅವನ ಸುತ್ತಲಿನ 'ನಿರ್ವಾಯು' ಪ್ರಭಾವದಿಂದ ಅರಮನೆಯಲ್ಲಿದ್ದ ಮೇಣದಬತ್ತಿಗಳು ನಂದಿದವು. ಕತ್ತಲೆಯಲ್ಲಿದ್ದ ಆ ಅರಮನೆಯಲ್ಲಿ ಶೂನ್ಯನ ದೇಹದಿಂದ ಹೊರಹೊಮ್ಮುತ್ತಿದ್ದ ಆ ನೀಲಿ ಬೆಳಕು ಮಾತ್ರ ಪ್ರಕಾಶಮಾನವಾಗಿತ್ತು.

"ಅಧಿಪತಿಗಳೇ," ಶೂನ್ಯನು ಮೆಲ್ಲನೆ ಹೇಳಿದನು. "ನಾನು ಯಾವುದೇ ಮಂತ್ರ ಬಳಸುತ್ತಿಲ್ಲ. ನಾನು ಕೇವಲ ಒಂದು 'ಖಾಲಿ ಜಾಗ'ವನ್ನು ಸೃಷ್ಟಿಸುತ್ತಿದ್ದೇನೆ. ನಿಮ್ಮ ಅರಮನೆಯು ವಸ್ತುಗಳಿಂದ ತುಂಬಿದೆ, ಆದರೆ ಅಲ್ಲಿ ಉಸಿರಾಡಲು ಜಾಗವಿಲ್ಲ. ನಿಮ್ಮ ಮನಸ್ಸು ಅಧಿಕಾರದಿಂದ ತುಂಬಿದೆ, ಆದರೆ ಅಲ್ಲಿ ಶಾಂತಿಗೆ ಜಾಗವಿಲ್ಲ."ಅಧಿಪತಿಯು ಕೋಪದಿಂದ ತನ್ನ ಖಡ್ಗವನ್ನು ಹೊರತೆಗೆದನು. ಅವನು ಶೂನ್ಯನನ್ನು ಇರಿಯಲು ಹೋದಾಗ, ಖಡ್ಗವು ಶೂನ್ಯನ ದೇಹವನ್ನು ಸ್ಪರ್ಶಿಸುವ ಮೊದಲೇ ಗಾಳಿಯಲ್ಲಿ ಕರಗಿ ಹೋಗಿ ಬೂದಿಯಾಯಿತು. ಅಧಿಪತಿಯು ಬೆಚ್ಚಿಬಿದ್ದನು. ಅವನಿಗೆ ಅರ್ಥವಾಗಲಿಲ್ಲ—ಯಾವುದನ್ನು ನಾಶಮಾಡಲು ಸಾಧ್ಯವಿಲ್ಲವೋ, ಅದುವೇ ಶೂನ್ಯ.

ಶೂನ್ಯನು ಅಧಿಪತಿಯ ಹತ್ತಿರ ಹೋಗಿ ಅವನ ಎದೆಯ ಮೇಲೆ ಕೈ ಇಟ್ಟನು. ಆ ಕ್ಷಣದಲ್ಲಿ ಅಧಿಪತಿಗೆ ತನ್ನ ಕಿರೀಟವು ಕೇವಲ ಒಂದು ಭಾರದ ಕಲ್ಲಿನಂತೆ ಕಂಡಿತು. ಅವನ ರಾಜ್ಯ, ಅಧಿಕಾರ ಮತ್ತು ಸಂಪತ್ತುಗಳೆಲ್ಲವೂ ಮರಳಿನ ಅರಮನೆಯಂತೆ ಕುಸಿದು ಬಿದ್ದವು. ಅಧಿಪತಿಯ ಕಣ್ಣುಗಳಿಂದ ನೀರು ಸುರಿಯಿತು. ಅವನು ಸಿಂಹಾಸನದಿಂದ ಕೆಳಗಿಳಿದು ನೆಲದ ಮೇಲೆ ಕುಳಿತನು.

"ನಾನು ಇಷ್ಟು ದಿನ ಏನನ್ನು ಸಂಪಾದಿಸಿದೆ?" ಎಂದು ಅಧಿಪತಿ ಅಳುತ್ತಾ ಕೇಳಿದನು.

ಶೂನ್ಯನು ನಕ್ಕನು. ಆ ನಗುವು ಅರಮನೆಯ ಗೋಡೆಗಳಲ್ಲಿ ಪ್ರತಿಧ್ವನಿಸಿತು. "ನೀನು ಯಾವುದನ್ನು ಕಳೆದುಕೊಳ್ಳಲು ಭಯಪಡುತ್ತಿದ್ದೆಯೋ, ಅದು ಅಸ್ತಿತ್ವದಲ್ಲಿಯೇ ಇರಲಿಲ್ಲ. ಈಗ ನೀನು ಶೂನ್ಯನಾಗಿದ್ದೀಯಾ. ಈಗಲೇ ನಿನ್ನ ನಿಜವಾದ ಸಾಮ್ರಾಜ್ಯ ಆರಂಭವಾಗುವುದು."ಅರಮನೆಯ ಸೈನಿಕರು ತಮ್ಮ ಆಯುಧಗಳನ್ನು ಕೆಳಗಿಟ್ಟರು. ಅಂದು ಆ ರಾಜ್ಯದಲ್ಲಿ ಯುದ್ಧದ ಭಯವಿರಲಿಲ್ಲ, ಕೇವಲ ಒಬ್ಬ ಸಾಮಾನ್ಯ ಮನುಷ್ಯನ ಅರಿವಿನ ಮೌನವಿತ್ತು. ಶೂನ್ಯನು ಅರಮನೆಯಿಂದ ಹೊರಬಂದನು. ಅವನಿಗೆ ತಿಳಿದಿತ್ತು, ಈಗ ಈ ಅಧಿಕಾರದ ಅಲೆಗಳು ಅಡಗಿವೆ, ಆದರೆ ಜಗತ್ತಿನ ಕಣ್ಣಿಗೆ ಕಾಣದ 'ಭಾವನೆಗಳ ಸುಳಿ'ಗಳು ಇನ್ನೂ ಇವೆ.

8

ಅಧ್ಯಾಯ 8: ಭಾವನೆಗಳಮಾಯಾಜಾಲ

ಅರಮನೆಯ ಮೆಟ್ಟಿಲುಗಳನ್ನಿಳಿದು ಶೂನ್ಯನು ಹೊರಬಂದಾಗ, ನಗರದ ಬೀದಿಗಳಲ್ಲಿ ಒಂದು ವಿಚಿತ್ರ ಸ್ತಬ್ಧತೆ ಆವರಿಸಿತ್ತು. ಅಧಿಪತಿಯ ಅಧಿಕಾರ ಕರಗಿದ ಸುದ್ದಿ ಗಾಳಿಯಲ್ಲಿ ಹರಡಿತ್ತು, ಆದರೆ ಜನರ ಮುಖದಲ್ಲಿ ಶಾಂತಿಗಿಂತ ಹೆಚ್ಚಾಗಿ ಗೊಂದಲವಿತ್ತು. ಇಷ್ಟು ದಿನ ಭಯದಿಂದ ಬದುಕಿದ್ದ ಅವರಿಗೆ, ಈಗ ಆ ಭಯವಿಲ್ಲದ ಜಾಗದಲ್ಲಿ ಏನನ್ನು ತುಂಬಿಕೊಳ್ಳಬೇಕೆಂದು ತಿಳಿಯುತ್ತಿರಲಿಲ್ಲ.ಶೂನ್ಯನು ನಗರದ ಹೊರವಲಯದಲ್ಲಿದ್ದ 'ಕಣ್ಣೀರಿನ ಹಳ್ಳ'ದ ಬಳಿ ಸಾಗಿದನು. ಅಲ್ಲಿ ಜನರು ತಮ್ಮ ದುಃಖ, ಹತಾಶೆ ಮತ್ತು ಕಳೆದುಕೊಂಡ ಪ್ರೀತಿಯ ನೆನಪುಗಳನ್ನು ಪಿಸುಗುಟ್ಟುತ್ತಾ ಕುಳಿತಿದ್ದರು. ಆ ಹಳ್ಳದ ನೀರು ಕಪ್ಪಾಗಿತ್ತು, ಏಕೆಂದರೆ ಅದು ಜನರ ಭಾರವಾದ ಭಾವನೆಗಳನ್ನು ಹೊತ್ತಿತ್ತು.

ಅಲ್ಲಿ ಒಬ್ಬಳು ಹೆಣ್ಣುಮಗಳು ಅಳುತ್ತಾ ಕುಳಿತಿದ್ದಳು. ಅವಳ ಕೈಯಲ್ಲಿ ಒಂದು ಒಡೆದ ಮಣ್ಣಿನ ಗೊಂಬೆಯಿತ್ತು. "ಇದು ನನ್ನ ಮಗನ ಕೊನೆಯ ಗುರುತು. ಇದು ಹೋದರೆ ಅವನ ನೆನಪೂ ಹೊರಟುಹೋಗುತ್ತದೆ," ಎಂದು ಅವಳು ಬಿಕ್ಕಳಿಸುತ್ತಿದ್ದಳು.ಶೂನ್ಯನು ಅವಳ ಪಕ್ಕದಲ್ಲಿ ಕುಳಿತುಕೊಂಡನು. ಅವನು ಆ ಒಡೆದ ಗೊಂಬೆಯನ್ನು ಮುಟ್ಟಲಿಲ್ಲ, ಬದಲಾಗಿ ಅವಳ ಕಣ್ಣೀರಿನ ಕಡೆಗೆ ಗಮನ ಹರಿಸಿದನು. "ನೀನು ಹಿಡಿದಿರುವುದು ಮಣ್ಣನ್ನಲ್ಲ, ನಿನ್ನ ನೋವನ್ನು. ಮಣ್ಣು ಒಡೆದರೂ ನಿನ್ನೊಳಗಿನ ಪ್ರೀತಿ ಒಡೆಯಲು ಸಾಧ್ಯವೇ?" ಎಂದು ಮೆಲ್ಲನೆ ಕೇಳಿದನು.ಆಕೆ ಅವನನ್ನು ದಿಟ್ಟಿಸಿ ನೋಡಿದಳು. ಶೂನ್ಯನ ಸುತ್ತಲಿದ್ದ ಆ ನೀಲಿ ಪ್ರಕಾಶವು ಅವಳ ಕಣ್ಣೀರಿನಲ್ಲಿ ಪ್ರತಿಫಲಿಸಿತು. "ನೋವಿಲ್ಲದೆ ಬದುಕುವುದು ಹೇಗೆ? ಶೂನ್ಯವಾಗು ಎಂದರೆ ಎಲ್ಲವನ್ನೂ ಮರೆಯುವುದೇ?" ಎಂದು ಅವಳು

ಪ್ರಶ್ನಿಸಿದಳು.

ಶೂನ್ಯನು ಆ ಹಳ್ಳದ ನೀರನ್ನು ಕೈಯಲ್ಲಿ ತೆಗೆದುಕೊಂಡನು. ಅವನ ಕೈ ತಗುಲಿದ ತಕ್ಷಣ ಆ ಕಪ್ಪು ನೀರು ತಿಳಿಯಾಗಿ, ಸ್ಫಟಿಕದಂತೆ ಹೊಳೆಯತೊಡಗಿತು. "ಮರೆಯುವುದಲ್ಲ, ಮುಕ್ತವಾಗುವುದು. ಗಾಯವು ಮಾಯವಾದರೂ ಕಲೆ ಉಳಿಯುತ್ತದೆ, ಆದರೆ ಆ ಕಲೆಗೆ ನೋವಿರುವುದಿಲ್ಲ. ನಿನ್ನ ನೆನಪುಗಳನ್ನು ಹೊರೆಯನ್ನಾಗಿ ಮಾಡಿಕೊಳ್ಳಬೇಡಿ, ಅವುಗಳನ್ನು ಅರಿವಿನ ದೀಪವನ್ನಾಗಿ ಮಾಡಿಕೊ."ಆ ಕ್ಷಣದಲ್ಲಿ ಅವಳ ಕೈಯಲ್ಲಿದ್ದ ಮಣ್ಣಿನ ಚೂರುಗಳು ಕಣ್ಮರೆಯಾದವು. ಆದರೆ ಅವಳ ಎದೆಯಲ್ಲಿ ಹಗುರವಾದ ಅನುಭವವಾಯಿತು. ಅವಳಿಗೆ ಮಗನ ನೆನಪು ಕಾಡಲಿಲ್ಲ, ಬದಲಾಗಿ ಆ ನೆನಪು ಒಂದು ಶಾಂತವಾದ ಮೌನವಾಗಿ ಬದಲಾಯಿತು.

ಹಳ್ಳದ ದಂಡೆಯಲ್ಲಿದ್ದ ಉಳಿದ ಜನರೂ ಶೂನ್ಯನ ಸುತ್ತ ಸೇರಿದರು. ಪ್ರತಿಯೊಬ್ಬರೂ ತಮ್ಮ ಭಾವನೆಗಳ ಜಾಲದಲ್ಲಿ ಸಿಲುಕಿದ್ದರು—ಕೆಲವರು ಸೇಡಿನಿಂದ, ಕೆಲವರು ಅತಿಯಾದ ವ್ಯಾಮೋಹದಿಂದ. ಶೂನ್ಯನು ಅಲ್ಲಿ ಯಾವುದೇ ಭಾಷಣ ಮಾಡಲಿಲ್ಲ. ಅವನು ಕೇವಲ ತನ್ನ ಮೌನವನ್ನು ಹಂಚಿದನು. ಆ ಹಳ್ಳದ ನೀರು ಹೇಗೆ ತಿಳಿಯಾಗುತ್ತಾ ಹೋಯಿತೋ, ಹಾಗೆಯೇ ಜನರ ಮನಸ್ಸಿನ ಕಲ್ಮಶಗಳೂ ಕರಗತೊಡಗಿದವು.ಭಾವನೆಗಳು ಶತ್ರುಗಳಲ್ಲ, ಅವು ಕೇವಲ ಹಾದುಹೋಗುವ ಮೋಡಗಳು ಎಂದು ಅವರಿಗೆ ಅರ್ಥವಾಯಿತು. ಆ ಸಂಜೆ ಆ ಹಳ್ಳದ ದಂಡೆಯಲ್ಲಿ ಯಾರೂ ಅಳುತ್ತಿರಲಿಲ್ಲ. ಪ್ರತಿಯೊಬ್ಬರೂ ತಮ್ಮನ್ನು ತಾವು ಹೊಸದಾಗಿ ಕಂಡುಕೊಳ್ಳುತ್ತಿದ್ದರು. ಶೂನ್ಯನಿಗೆ ತಿಳಿಯಿತು—ಅಧಿಕಾರವನ್ನು ಗೆಲ್ಲುವುದು ಸುಲಭ, ಆದರೆ ಮನುಷ್ಯನ ಆಳವಾದ ಭಾವನೆಗಳನ್ನು ಶೂನ್ಯಕ್ಕೆ ಒಗ್ಗಿಸುವುದು ನಿಜವಾದ 'ಮಹಾ ಸಿದ್ಧಿ'.

ಆದರೆ ದೂರದಲ್ಲಿ, ಈ 'ಮೌನದ ಕ್ರಾಂತಿ'ಯನ್ನು ಸಹಿಸದ ಒಂದು ಗುಂಪು ಸಿದ್ಧವಾಗುತ್ತಿತ್ತು. ಅವರು ತರ್ಕದ ಆಧಾರದ ಮೇಲೆ ಬದುಕುವ 'ವಿಚಾರವಾದಿಗಳು'. ಅವರಿಗೆ ಈ ಅದೃಶ್ಯ ಶಕ್ತಿಯು ಒಂದು ಅಪಾಯದಂತೆ ಕಂಡಿತು.

9

ಅಧ್ಯಾಯ 9: ತರ್ಕದ ಅಹಂಕಾರ ಮತ್ತು ಶೂನ್ಯದ ಉತ್ತರ

ನಗರದ ಒಂದು ಮೂಲೆಯಲ್ಲಿ ಬೃಹತ್ ಗ್ರಂಥಾಲಯದಂತಿದ್ದ 'ಜ್ಞಾನ ಪೀಠ'ವಿತ್ತು. ಅಲ್ಲಿನ ಜನರು ತರ್ಕ, ಗಣಿತ ಮತ್ತು ವಿಜ್ಞಾನವನ್ನೇ ದೈವವೆಂದು ನಂಬಿದ್ದರು. ಅವರಿಗೆ ಶೂನ್ಯನ ಈ 'ಮೌನ ಕ್ರಾಂತಿ' ಅಥವಾ 'ಭಾವನೆಗಳ ಕರಗುವಿಕೆ' ಕೇವಲ ಒಂದು ಸಾಮೂಹಿಕ ಭ್ರಮೆಯಂತೆ (Mass Hallucination) ಕಂಡಿತು. ಅವರ ನಾಯಕ 'ತರ್ಕಧಾರಿ', ಸಾವಿರಾರು ಪುಸ್ತಕಗಳನ್ನು ಓದಿದವನು ಮತ್ತು ಪ್ರತಿಯೊಂದಕ್ಕೂ ಪುರಾವೆ ಕೇಳುವವನು.ತರ್ಕಧಾರಿಯು ತನ್ನ ಅನುಯಾಯಿಗಳೊಂದಿಗೆ ಶೂನ್ಯನಿದ್ದ ಹಳ್ಳದ ದಂಡೆಗೆ ಬಂದನು. ಅವನು ಕೈಯಲ್ಲಿ ಒಂದು ಅಳತೆಗೋಲನ್ನು ಹಿಡಿದಿದ್ದನು.

"ನಿನ್ನ ಈ ಶೂನ್ಯತೆಯು ಅಶಾಸ್ತ್ರೀಯವಾದುದು," ಎಂದು ತರ್ಕಧಾರಿ ಘರ್ಜಿಸಿದನು. "ಯಾವುದನ್ನು ಅಳೆಯಲು ಸಾಧ್ಯವಿಲ್ಲವೋ, ಯಾವುದನ್ನು ಕಣ್ಣಿನಿಂದ ನೋಡಲು ಅಥವಾ ಪ್ರಯೋಗಾಲಯದಲ್ಲಿ ಸಾಬೀತುಪಡಿಸಲು ಸಾಧ್ಯವಿಲ್ಲವೋ, ಅದು ಅಸ್ತಿತ್ವದಲ್ಲೇ ಇಲ್ಲ. ನೀನು ಜನರಿಗೆ ಸುಳ್ಳು ಭರವಸೆ ನೀಡುತ್ತಿದ್ದೀಯಾ."ಶೂನ್ಯನು ಮೌನವಾಗಿ ಅವನನ್ನು ನೋಡಿದನು. ಅವನ ಮುಖದಲ್ಲಿ ಯಾವುದೇ ಬದಲಾವಣೆ ಇರಲಿಲ್ಲ. "ನನ್ನನ್ನು ಅಳೆಯಲು ನಿನ್ನ ಹತ್ತಿರ ಯಾವ ಸಾಧನವಿದೆ?" ಎಂದು ಮೆಲ್ಲನೆ ಕೇಳಿದನು.

ತರ್ಕಧಾರಿಯು ನಕ್ಕನು. "ಈ ಬ್ರಹ್ಮಾಂಡದ ಪ್ರತಿಯೊಂದು ಕಣವನ್ನೂ ವಿಜ್ಞಾನವು ಅಳೆಯಬಲ್ಲದು. ನಿನ್ನ ಶಕ್ತಿಯನ್ನು ನಾನು ತರ್ಕದ ಒರೆಗಲ್ಲಿಗೆ ಹಚ್ಚುತ್ತೇನೆ," ಎನ್ನುತ್ತಾ ತನ್ನ ಕಿಸೆಯಿಂದ ಒಂದು ಸಣ್ಣ ಪಾದರಸದ ಪಾತ್ರೆಯನ್ನು ತೆಗೆದನು. "ಇದು ಉಷ್ಣತೆಯನ್ನು ಅಳೆಯುತ್ತದೆ. ನಿನ್ನ ಮೌನದಿಂದ ಈ

ಪಾತ್ರೆಯಲ್ಲಿನ ದ್ರವವು ಒಂದು ಮಿಲಿಮೀಟರ್ ಕೂಡ ಬದಲಾಗಲಾರದು. ಏಕೆಂದರೆ ಮೌನವು ಭೌತಿಕ ವಸ್ತುವಲ್ಲ."ಶೂನ್ಯನು ಆ ಪಾತ್ರೆಯ ಕಡೆಗೆ ನೋಡಿದನು. ಅವನು ಏನನ್ನೂ ಮಾಡಲಿಲ್ಲ, ಕೇವಲ ತನ್ನೊಳಗಿನ 'ನಿರ್ವಾಯು' ಸ್ಥಿತಿಯನ್ನು ಆ ಪಾತ್ರೆಯ ಸುತ್ತಲೂ ವಿಸ್ತರಿಸಿದನು. ನೋಡನೋಡುತ್ತಿದ್ದಂತೆ, ಆ ಪಾತ್ರೆಯೊಳಗಿನ ಪಾದರಸವು ಕುದಿಯಲೂ ಇಲ್ಲ, ತಣ್ಣಗಾಗಲೂ ಇಲ್ಲ; ಬದಲಾಗಿ ಅದು ತನ್ನ ದ್ರವ ರೂಪವನ್ನು ಕಳೆದುಕೊಂಡು ಗಾಳಿಯಲ್ಲಿ ಅದೃಶ್ಯವಾಯಿತು. ಪಾತ್ರೆಯು ಶೂನ್ಯವಾಯಿತು.

ತರ್ಕಧಾರಿಯು ದಸ್ತಗಿರಿಯಾದವನಂತೆ ಸ್ಥಿರವಾಗಿ ನಿಂತನು. "ಇದು ಸಾಧ್ಯವಿಲ್ಲ! ಇದು ಭೌತಶಾಸ್ತ್ರದ ನಿಯಮಗಳಿಗೆ ವಿರುದ್ಧವಾದುದು!" ಎಂದು ಕಿರುಚಿದನು.ಶೂನ್ಯನು ಎದ್ದು ನಿಂತು ಅವನ ಹತ್ತಿರ ಹೋದನು. "ತರ್ಕವು ಒಂದು ಸೇತುವೆಯಿದ್ದಂತೆ, ಅದು ನದಿಯನ್ನು ದಾಟಲು ಸಹಾಯ ಮಾಡುತ್ತದೆ. ಆದರೆ ನೀನು ಆ ಸೇತುವೆಯ ಮೇಲೆಯೇ ಮನೆ ಕಟ್ಟಿಕೊಂಡಿದ್ದೀಯಾ. ನದಿಯನ್ನು ನೋಡಲು ನೀನು ಸೇತುವೆಯಿಂದ ಕೆಳಗಿಳಿಯಬೇಕು. ಜ್ಞಾನವು ತುಂಬಿರುವ ಪೆಟ್ಟಿಗೆಯಂತಿದ್ದರೆ, ಅರಿವು ಆ ಪೆಟ್ಟಿಗೆಯೊಳಗಿನ ಖಾಲಿ ಜಾಗದಂತೆ. ಖಾಲಿ ಜಾಗವಿಲ್ಲದಿದ್ದರೆ ಪೆಟ್ಟಿಗೆಗೆ ಬೆಲೆಯಿಲ್ಲ."ತರ್ಕಧಾರಿಯು ತನ್ನ ಕೈಯಲ್ಲಿದ್ದ ಅಳತೆಗೋಲನ್ನು ನೋಡಿದನು. ಅವನಿಗೆ ಮೊದಲ ಬಾರಿಗೆ ತಾನು ಓದಿದ ಸಾವಿರಾರು ಪುಸ್ತಕಗಳು ಕೇವಲ ಒಣ ಕಾಗದಗಳಂತೆ ಕಂಡವು. ಅವನ ಬುದ್ಧಿವಂತಿಕೆಯ ಅಹಂಕಾರವು ಶೂನ್ಯದ ಎದುರು ಕರಗಿ ನೀರಾಯಿತು. ಅವನು ಶೂನ್ಯನ ಪಾದಗಳ ಬಳಿ ಕುಳಿತು, "ನನಗೆ ಅಳೆಯಲಾಗದ ಸತ್ಯವನ್ನು ಕಲಿಸು," ಎಂದು ಬೇಡಿಕೊಂಡನು.

ಶೂನ್ಯನು ಅವನಿಗೆ ಯಾವುದೇ ಮಂತ್ರ ನೀಡಲಿಲ್ಲ. ಕೇವಲ ಅವನ ತರ್ಕದ ಸುಳಿಯನ್ನು ನಿಲ್ಲಿಸಿ, ಅವನನ್ನು ಆ ಕ್ಷಣದ ನಿಶ್ಯಬ್ದಕ್ಕೆ ತಳ್ಳಿದನು. ಅಂದು ನಗರದ ಜ್ಞಾನಿಗಳು ಶಬ್ದಗಳಿಲ್ಲದ ಜ್ಞಾನವನ್ನು ಪಡೆದರು.

10

ಅಧ್ಯಾಯ 10: ಮಹಾವಿಸರ್ಜನೆ (The Final Dissolution)

ನಗರದ ಪ್ರತಿಯೊಂದು ಸ್ತರದಲ್ಲೂ ಮೌನವು ತನ್ನ ಬೇರುಗಳನ್ನು ಬಿಟ್ಟಿತ್ತು. ಅಧಿಪತಿಯ ಅಧಿಕಾರ, ವ್ಯಾಪಾರಿಯ ಆತುರ, ಮತ್ತು ತರ್ಕಧಾರಿಯ ಅಹಂಕಾರ—ಎಲ್ಲವೂ ಶೂನ್ಯದ ಸ್ಪರ್ಶದಿಂದ ತಿಳಿಯಾಗಿದ್ದವು. ಈಗ ಶೂನ್ಯನ ಪಯಣದ ಅಂತಿಮ ಘಟ್ಟ ಹತ್ತಿರವಾಗಿತ್ತು. ಅವನಿಗೆ ಅರಿವಾಗಿತ್ತು, ಈ ಜಗತ್ತಿನಲ್ಲಿ ಅವನು ಮಾಡಬೇಕಾದ 'ಕೆಲಸ' ಮುಗಿದಿದೆ. ಆದರೆ ಒಬ್ಬ ಸಾರ್ಥಕ ಪಯಣಿಗನಿಗೆ ತನ್ನ 'ಇರುವಿಕೆ'ಯನ್ನೂ ಕರಗಿಸುವುದು ಅಂತಿಮ ಸವಾಲಾಗಿತ್ತು.ಅವನು ನಗರದ ಜನಸಂದಣಿಯಿಂದ ದೂರವಾಗಿ, ತಾನು ಮೊದಲು ಎಲ್ಲಿಂದ ಬಂದಿದ್ದನೋ ಆ 'ಅಕಾಲ' ಲೋಕದ ದ್ವಾರದಂತಿದ್ದ ಒಂದು ಬೆಟ್ಟದ ತುದಿಗೆ ನಡೆದನು. ಅವನ ಹಿಂದೆ ಸಾವಿರಾರು ಜನ ಮೌನವಾಗಿ ಹೆಜ್ಜೆ ಹಾಕುತ್ತಿದ್ದರು. ಅವರಿಗೆ ಅವನು ಯಾವುದೇ ಉಪದೇಶ ನೀಡಲಿಲ್ಲ, ಆದರೆ ಅವನ ಪ್ರತಿಯೊಂದು ಹೆಜ್ಜೆಯೂ ಒಂದು ಮಂತ್ರದಂತೆ ಅವರ ಎದೆಯಲ್ಲಿ ಮೊಳಗುತ್ತಿತ್ತು.

ಬೆಟ್ಟದ ತುದಿಯಲ್ಲಿ ನಿಂತ ಶೂನ್ಯನು ಆಕಾಶದತ್ತ ನೋಡಿದನು. ಅಲ್ಲಿನ ನಕ್ಷತ್ರಗಳು ಅವನ ಕಣ್ಣುಗಳಲ್ಲಿದ್ದ ನೀಲಿ ಪ್ರಕಾಶಕ್ಕೆ ಸ್ಪಂದಿಸುತ್ತಿರುವಂತೆ ಮಿಂಚುತ್ತಿದ್ದವು. ಅವನು ತನ್ನ ಎರಡು ಕೈಗಳನ್ನು ಅಗಲವಾಗಿ ಚಾಚಿದನು."ನೀವು ಯಾವುದನ್ನು 'ಶೂನ್ಯ' ಎಂದು ಕರೆಯುತ್ತೀರೋ, ಅದು ಅಂತ್ಯವಲ್ಲ," ಅವನ ಧ್ವನಿ ಗಾಳಿಯಲ್ಲಿ ತೇಲಿಬಂತು. "ಅದು ಅನಂತದ ಆರಂಭ. ಪಾತ್ರೆಯು ಖಾಲಿಯಾದಾಗ ಮಾತ್ರ ಅದು ಇಡೀ ಆಕಾಶವನ್ನು ತನ್ನೊಳಗೆ ಹಿಡಿದಿಟ್ಟುಕೊಳ್ಳಬಲ್ಲದು. ನಾನು ಈಗ ಆ ಆಕಾಶವಾಗುತ್ತಿದ್ದೇನೆ."

ನೋಡನೋಡುತ್ತಿದ್ದಂತೆ, ಶೂನ್ಯನ ಭೌತಿಕ ದೇಹವು ಪಾರದರ್ಶಕವಾಗತೊಡಗಿತು. ಅವನ ಪಾದಗಳು ಮೊದಲು ಮಂಜಿನಂತೆ ಕರಗಿ ಗಾಳಿಯಲ್ಲಿ ಲೀನವಾದವು. ನಂತರ ಅವನ ಕೈಗಳು, ಎದೆ, ಮತ್ತು ಮುಖ—ಒಂದೊಂದಾಗಿ ಅಸ್ತಿತ್ವದ ಆಚೆಗಿನ ಆಯಾಮಕ್ಕೆ ಮರಳತೊಡಗಿದವು. ಅಲ್ಲಿ ಯಾವುದೇ ನೋವಿರಲಿಲ್ಲ, ಭಯವಿರಲಿಲ್ಲ; ಕೇವಲ ಒಂದು ದೀಪವು ಸೂರ್ಯನ ಬೆಳಕಿನಲ್ಲಿ ವಿಲೀನವಾದಂತಹ ಪರಮ ಸುಖವಿತ್ತು.ಕೊನೆಯದಾಗಿ ಅವನ ಕಣ್ಣುಗಳು ಮರೆಯಾದವು. ಅಲ್ಲಿ ಯಾವುದೇ ಮನುಷ್ಯ ಇರಲಿಲ್ಲ, ಕೇವಲ ಒಂದು ಅಗಾಧವಾದ 'ಖಾಲಿ ಜಾಗ' ಮಾತ್ರ ಇತ್ತು. ಆದರೆ ಆ ಖಾಲಿ ಜಾಗವು ಜೀವಂತವಾಗಿತ್ತು! ಅಲ್ಲಿ ನೆರೆದಿದ್ದ ಪ್ರತಿಯೊಬ್ಬರಿಗೂ ತಮ್ಮೊಳಗೆ ಅದೇ ಶೂನ್ಯನ ಪ್ರಕಾಶವು ಮೂಡಿದಂತಾಯಿತು. ಅವರು ಒಬ್ಬರನ್ನೊಬ್ಬರು ನೋಡಿಕೊಂಡರು—ಅಲ್ಲಿ ಶತ್ರುಗಳಿರಲಿಲ್ಲ, ಮಿತ್ರರಿರಲಿಲ್ಲ; ಕೇವಲ ಒಂದೇ ಚೇತನದ ವಿವಿಧ ಪ್ರತಿಬಿಂಬಗಳಿದ್ದವು.

ಶೂನ್ಯನು ಮಾಯವಾಗಿದ್ದರೂ, ಅವನ ಮೌನವು ಆ ನಗರದ ಪ್ರತಿ ಕಲ್ಲಿನಲ್ಲಿ, ಪ್ರತಿ ಹನಿ ನೀರಿನಲ್ಲಿ ಮತ್ತು ಪ್ರತಿ ಮನುಷ್ಯನ ಉಸಿರಿನಲ್ಲಿ ಶಾಶ್ವತವಾಗಿ ನೆಲೆನಿಂತಿತು. 'ಮಹಾ ಶೂನ್ಯ ಸಂಪಾದನೆ' ಎಂದರೆ ಕೇವಲ ಒಬ್ಬ ವ್ಯಕ್ತಿಯ ಮುಕ್ತಿಯಲ್ಲ, ಅದು ಇಡೀ ಸೃಷ್ಟಿಯು ತನ್ನ ಮೂಲರೂಪವಾದ ನಿಶ್ಯಬ್ದಕ್ಕೆ ಮರಳುವುದು.ಆ ಬೆಟ್ಟದ ಮೇಲೆ ಈಗ ಯಾರೂ ಇರಲಿಲ್ಲ, ಆದರೆ ಆ ಮೌನದ ಗಾಯನ ಇಂದಿಗೂ ಕೇಳಿಸುತ್ತದೆ: "ನೀನು ಏನೂ ಅಲ್ಲದವನಾದಾಗ, ನೀನು ಎಲ್ಲವೂ ಆಗುತ್ತೀಯಾ."

11

ದೈನಂದಿನಜೀವನದಲ್ಲಿಅಳವಡಿಸಿಕೊಳ್ಳಬಹುದಾದ ‘ಶೂನ್ಯತತ್ವದ 10 ಸೂತ್ರಗಳುಅತ್ಯಂತಅರ್ಥಪೂರ್ಣವಾಗಿರುತ್ತದೆ. ಇದುಕಲ್ಪನೆಯಲೋಕದಿಂದವಾಸ್ತವಕ್ಕೆ ಇರುವಸೇತುವೆಯಾಗಲಿದೆ.

? ನಿರ್ವಾಯು: ಶೂನ್ಯ ತತ್ವದ 10 ಜೀವನ ಸೂತ್ರಗಳು

ಈ ಸೂತ್ರಗಳು ಕೇವಲ ಓದುವುದಕ್ಕಲ್ಲ, ಇವುಗಳನ್ನು ಅನುಭವಿಸುವುದಕ್ಕಾಗಿ:

* ಮೌನದ ಶಕ್ತಿ: ದಿನದ 24 ಗಂಟೆಗಳಲ್ಲಿ ಕನಿಷ್ಠ 10 ನಿಮಿಷಗಳ ಕಾಲ ಯಾವುದೇ ಶಬ್ದವಿಲ್ಲದೆ, ಯಾವುದೇ ಸಾಧನವಿಲ್ಲದೆ ಸುಮ್ಮನೆ ಕುಳಿತುಕೊಳ್ಳಿ. ಆ ಮೌನವೇ ನಿಮ್ಮ ಅರಿವಿನ ದೀಪ. * ಖಾಲಿ ಪಾತ್ರೆಯ ತತ್ವ: ಹಳೆಯ ಪೂರ್ವಾಗ್ರಹಗಳನ್ನು ಹೊತ್ತು ಹೊಸದನ್ನು ಕಲಿಯಲು ಸಾಧ್ಯವಿಲ್ಲ. ಪ್ರತಿದಿನ ಬೆಳಿಗ್ಗೆ ನಿಮ್ಮ ಮನಸ್ಸನ್ನು ಒಂದು 'ಖಾಲಿ ಹಾಳೆ'ಯಂತೆ ಇರಿಸಿಕೊಳ್ಳಿ.

* ಅಂಟಿಕೊಳ್ಳದ ಅರಿವು: ಮೋಡಗಳು ಆಕಾಶದಲ್ಲಿ ಬಂದು ಹೋಗುತ್ತವೆ, ಆದರೆ ಆಕಾಶವು ಮೋಡವಾಗುವುದಿಲ್ಲ. ಹಾಗೆಯೇ ನಿಮ್ಮ ಆಲೋಚನೆಗಳು ನಿಮ್ಮ ಮೂಲಕ ಹಾದುಹೋಗಲಿ, ಅವುಗಳಿಗೆ ನೀವು ಅಂಟಿಕೊಳ್ಳಬೇಡಿ. * ವರ್ತಮಾನದ ಬಿಂದು: ಭೂತಕಾಲವು ನೆನಪು ಮಾತ್ರ, ಭವಿಷ್ಯವು ಕಲ್ಪನೆ ಮಾತ್ರ. ಜೀವನವಿರುವುದು ಕೇವಲ 'ಈಗ' ಎಂಬ ಶೂನ್ಯ ಬಿಂದುವಿನಲ್ಲಿ. ಅಲ್ಲಿ ನೆಲೆನಿಲ್ಲುವುದೇ ಸಿದ್ಧಿ.

* ಬಿಡುವುದರ ಮೂಲಕ ಗೆಲುವು: ಯಾವುದನ್ನು ನೀವು ಬಿಟ್ಟರೂ ಅದು ನಿಮ್ಮನ್ನು ಕಾಡುವುದಿಲ್ಲ. ಅತಿಯಾದ ವ್ಯಾಮೋಹವೇ ಅಶಾಂತಿಯ ಮೂಲ. ಶೂನ್ಯವಾಗುವುದೆಂದರೆ ಯಾವುದನ್ನೂ ಹೊಂದದಿರುವುದಲ್ಲ, ಯಾವುದೂ ನಿಮ್ಮನ್ನು ಆಳಲು ಬಿಡದಿರುವುದು.* ಶಬ್ದದ ನಡುವಿನ ನಿಶ್ಯಬ್ದ: ಗದ್ದಲದ ಮಧ್ಯದಲ್ಲಿಯೂ ನಿಮ್ಮ ಒಳಗಿನ ಶಾಂತಿಯನ್ನು ಕಾಪಾಡಿಕೊಳ್ಳಿ. ಸಮುದ್ರದ ಮೇಲ್ಭಾಗದಲ್ಲಿ ಅಲೆಗಳಿದ್ದರೂ, ಆಳದಲ್ಲಿ ಮೌನವಿರುತ್ತದೆ. ನೀವು ಆ ಆಳವಾಗಬೇಕು.

* ಸೃಷ್ಟಿಯ ರಹಸ್ಯ: ಏನೂ ಇಲ್ಲದ ಕಡೆಯಿಂದಲೇ ಎಲ್ಲವೂ ಸೃಷ್ಟಿಯಾಗುತ್ತದೆ. ನಿಮ್ಮ ಮನಸ್ಸು ಎಷ್ಟು ಶೂನ್ಯವಾಗುತ್ತದೋ, ಅಷ್ಟು ಹೊಸ ಮತ್ತು ಸೃಜನಾತ್ಮಕ ವಿಚಾರಗಳು ಅಲ್ಲಿ ಅರಳುತ್ತವೆ.* ಪ್ರತಿಬಿಂಬದ ಜ್ಞಾನ: ಜಗತ್ತು ನಿಮ್ಮನ್ನು ಹೇಗೆ ಕಾಣುತ್ತದೆಯೋ ಅದು ಅವರ ದೃಷ್ಟಿ. ನೀವು ಜಗತ್ತನ್ನು ಹೇಗೆ ನೋಡುತ್ತೀರೋ ಅದು ನಿಮ್ಮ 'ಶೂನ್ಯ ಸ್ಥಿತಿ'ಯ ಪ್ರತಿಬಿಂಬ. * ಅಹಂಕಾರದ ವಿಸರ್ಜನೆ: 'ನಾನು' ಎಂಬ ಪದವು ಕಡಿಮೆಯಾದಂತೆ, 'ನಾವು' ಎಂಬ ವಿಶ್ವಪ್ರೇಮ ಹೆಚ್ಚಾಗುತ್ತದೆ. ಶೂನ್ಯ ಸಂಪಾದನೆಯ ಅಂತಿಮ ಗುರಿ—ಅಹಂಕಾರವನ್ನು ಕರಗಿಸುವುದು.

* ಅನಂತತೆಯ ಆರಂಭ: ಶೂನ್ಯವೆಂದರೆ ಶೂನ್ಯವಲ್ಲ; ಅದು ಅನಂತದ ಕಡೆಗೆ ತೆರೆಯುವ ಕಿಟಕಿ. ನೀವು ಏನೂ ಅಲ್ಲದವರಾದಾಗ (Become Nothing), ನೀವು ಇಡೀ ಬ್ರಹ್ಮಾಂಡದ ಭಾಗವಾಗುತ್ತೀರಿ.

ನಿರ್ವಾಯು: ಶೂನ್ಯಸಂಪಾದನೆಯಪಯಣ
(The Journey to the Void)

"ನೀವು ಏನೂ ಅಲ್ಲದವರಾದಾಗ, ನೀವು ಎಲ್ಲವೂ ಆಗುತ್ತೀರಿ."ನಾವೆಲ್ಲರೂ ಯಾವುದೋ ಒಂದು ಓಟದಲ್ಲಿದ್ದೇವೆ. ಹೆಸರು, ಹಣ, ಅಧಿಕಾರ ಮತ್ತು ಗುರುತಿಗಾಗಿ ನಡೆಯುತ್ತಿರುವ ಈ ನಿರಂತರ ಓಟದಲ್ಲಿ ನಾವು ಕಳೆದುಕೊಂಡಿರುವುದು ನಮ್ಮನ್ನೇ. ಈ ಪುಸ್ತಕವು ಆ ಓಟವನ್ನು ನಿಲ್ಲಿಸಿ, ನಿಮ್ಮನ್ನು ನಿಮ್ಮ ಮೂಲ ಸೆಲೆಗೆ ಕರೆದೊಯ್ಯುವ ಒಂದು ಅದ್ಭುತ ಪಯಣ.ಇದು ಕೇವಲ ಕಥೆಯಲ್ಲ; ಇದೊಂದು ಅಸ್ತಿತ್ವದ ಪಠ್ಯಪುಸ್ತಕ. 'ಶೂನ್ಯ' ಎಂಬ ಅನ್ವೇಷಕನು 'ಅಕಾಲ' ಲೋಕದಿಂದ 'ಅಮೂರ್ತ ನಗರ'ದವರೆಗೆ ಸಾಗುವ ಹಾದಿಯಲ್ಲಿ, ಮನುಷ್ಯನ ಅಹಂಕಾರ, ತರ್ಕ ಮತ್ತು ಭಾವನೆಗಳು ಹೇಗೆ ಕರಗಿ ಹೋಗುತ್ತವೆ ಎಂಬುದನ್ನು ಈ ಕಾದಂಬರಿ ಮನೋಜ್ಞವಾಗಿ ಚಿತ್ರಿಸುತ್ತದೆ.

ಈ ಪುಸ್ತಕದಲ್ಲಿ ನೀವು ಕಂಡುಕೊಳ್ಳುವುದು:

* ಗದ್ದಲದ ನಡುವೆ ಮೌನವಾಗಿರುವುದು ಹೇಗೆ?

* ಅಹಂಕಾರದ ಭಾರವನ್ನು ಇಳಿಸಿ ಹಗುರವಾಗುವುದು ಹೇಗೆ?

* ಶೂನ್ಯತೆಯಿಂದ ಹೊಸ ಸೃಷ್ಟಿಯನ್ನು ಮಾಡುವುದು ಹೇಗೆ?

ನೀವು ಜಗತ್ತನ್ನು ಗೆಲ್ಲಲು ಹೊರಟವರಾಗಿದ್ದರೆ, ಈ ಪುಸ್ತಕ ನಿಮಗಲ್ಲ. ಆದರೆ, ನೀವು ನಿಮ್ಮನ್ನು ನೀವು ಗೆಲ್ಲಲು ಮತ್ತು ನಿಮ್ಮೊಳಗಿನ ಅನಂತತೆಯನ್ನು ದರ್ಶಿಸಲು ಸಿದ್ಧರಿದ್ದರೆ, 'ನಿರ್ವಾಯು' ನಿಮ್ಮ ಕೈಹಿಡಿಯಲಿದೆ.

"ಶಬ್ದಗಳಿಂದ ಜ್ಞಾನ ಸಿಗಬಹುದು, ಆದರೆ ಕೇವಲ ಶೂನ್ಯದಿಂದ ಮಾತ್ರ ಅರಿವು ಸಾಧ್ಯ."

ಮೊದಲ ಭಾಗದಲ್ಲಿ ನಾವು 'ನಾನಿಲ್ಲದ ನಾನು' ಎಂಬ ಸ್ಥಿತಿಯನ್ನು ತಲುಪಲು ಅಹಂಕಾರದ ಪದರಗಳನ್ನು ಒಂದೊಂದಾಗಿ ಕಳಚಿದೆವು. 'ನಾನು' ಎಂಬ ಬಿಂದುವು ಕರಗಿ 'ಶೂನ್ಯ' ಎಂಬ ಸಾಗರದಲ್ಲಿ ಲೀನವಾದಾಗ ಅಲ್ಲಿಗೆ ಪಯಣ ಮುಗಿಯಿತು ಎಂದು ನಾವು ಭಾವಿಸಿದ್ದೆವು. ಆದರೆ, ಸತ್ಯವೇನೆಂದರೆ—ಅಲ್ಲಿಂದಲೇ ನಿಜವಾದ ಪಯಣ ಆರಂಭವಾಗುವುದು.ಈ ಎರಡನೇ ಭಾಗವು *'ಶೂನ್ಯದಿಂದ ಸೃಷ್ಟಿ'*ಯ ರಹಸ್ಯವನ್ನು ಅನಾವರಣಗೊಳಿಸುತ್ತದೆ.ಜಗತ್ತು ಸಾಮಾನ್ಯವಾಗಿ 'ಸೃಷ್ಟಿ' ಎಂದರೆ ಏನನ್ನೋ ಹೊಸದಾಗಿ ನಿರ್ಮಿಸುವುದು ಎಂದು ಭಾವಿಸುತ್ತದೆ. ಆದರೆ ಈ ಕೃತಿಯ ದರ್ಶನವೇ ಬೇರೆ. ಇಲ್ಲಿ ಸೃಷ್ಟಿ ಎಂದರೆ ನಮ್ಮೊಳಗಿನ ನಿಶ್ಯಬ್ದವನ್ನು ಹೊರಗಿನ ಶಬ್ದದೊಂದಿಗೆ ಸಮೀಕರಿಸುವುದು. ಶೂನ್ಯನಾದವನು ಮರಳಿ ಸಂಸಾರಕ್ಕೆ ಬಂದಾಗ ಅವನು ಹೇಗಿರುತ್ತಾನೆ? ಅವನು ಕೈಗೆತ್ತಿಕೊಳ್ಳುವ ಕೆಲಸಗಳು ಹೇಗೆ ದೈವಿಕವಾಗುತ್ತವೆ? ಅವನು ಮಗುವಿನ ಮುಗ್ಧತೆಯಲ್ಲಿ, ಶಿಲ್ಪಿಯ ಉಳಿಯಲ್ಲಿ ಅಥವಾ ರೈತನ ಮಣ್ಣಿನಲ್ಲಿ ಹೇಗೆ 'ಶೂನ್ಯದ ಬೆಳಕನ್ನು' ಕಾಣುತ್ತಾನೆ ಎಂಬುದೇ ಈ ಭಾಗದ ತಿರುಳು.

ಅಧ್ಯಾಯ 11: ಶೂನ್ಯದಿಂದ ಸೃಷ್ಟಿಯೆಡೆಗೆ (From Void to Creation)ಸಂಪೂರ್ಣವಾಗಿ ಖಾಲಿಯಾದ ಮನಸ್ಸಿನಲ್ಲಿ ಹೊಸ ಮತ್ತು ಉದಾತ್ತ ಆಲೋಚನೆಗಳು ಹೇಗೆ ಮೊಳಕೆಯೊಡೆಯುತ್ತವೆ ಎಂಬ ವಿಶ್ಲೇಷಣೆ.

ಅಧ್ಯಾಯ 12: ಕರ್ಮದ ಕಲೆ (The Art of Action)ಫಲಾಪೇಕ್ಷೆಯಿಲ್ಲದೆ ಕೆಲಸ ಮಾಡುವುದು ಹೇಗೆ? ಕರ್ತೃತ್ವದ ಭಾವನೆ (ನಾನು ಮಾಡುತ್ತಿದ್ದೇನೆ ಎಂಬ ಹಮ್ಮು) ಇಲ್ಲದೆಯೇ ಕರ್ಮ ಮಾಡುವ ರಹಸ್ಯ.

ಅಧ್ಯಾಯ 13: ಯಾಂತ್ರಿಕತೆಯ ಅಂತ್ಯ (The End of Mechanism)ಮನುಷ್ಯನು ರೋಬೋಟ್‌ನಂತೆ ಬದುಕುವುದನ್ನು ನಿಲ್ಲಿಸಿ, ಪ್ರತಿ ಕ್ಷಣವನ್ನೂ ಅರಿವಿನಿಂದ (Awareness) ಬದುಕುವ ಕ್ರಮ.

ಅಧ್ಯಾಯ 14: ಮುಗ್ಧತೆಯ ಮರಳುವಿಕೆ (The Return of Innocence)ಪಾಂಡಿತ್ಯದ ಅಹಂಕಾರವನ್ನು ಬಿಟ್ಟು ಮಗುವಿನಂತಹ ಮುಗ್ಧತೆಯನ್ನು ಮರಳಿ ಪಡೆಯುವುದು. ಸೃಷ್ಟಿಗೆ ಮುಗ್ಧತೆಯೇ ಅಡಿಪಾಯ.

ಅಧ್ಯಾಯ 15: ಶಬ್ದ ಮತ್ತು ನಿಶ್ಯಬ್ದದ ಸಮತೋಲನ (Balance of Sound and Silence)ಸಂಸಾರದಲ್ಲಿ ಇದ್ದುಕೊಂಡೇ ಸನ್ಯಾಸಿಯಂತೆ ಇರುವುದು ಹೇಗೆ? ಪ್ರಾಪಂಚಿಕ ಜವಾಬ್ದಾರಿ ಮತ್ತು ಆಂತರಿಕ ಮೌನದ ನಡುವಿನ ಸೇತುವೆ.

ಅಧ್ಯಾಯ 16: ಸಂಬಂಧಗಳ ಹೊಸ ಆಯಾಮ (New Dimensions of Relationships)ಬಂಧನವಿಲ್ಲದ ಪ್ರೀತಿ. ಇತರರನ್ನು ಅವರಂತೆಯೇ ಒಪ್ಪಿಕೊಳ್ಳುವ ಮತ್ತು ಪ್ರೀತಿಸುವ ಅತೀಂದ್ರಿಯ ದೃಷ್ಟಿಕೋನ.

ಅಧ್ಯಾಯ 17: ಹಂಚುವಿಕೆಯ ಹಸಿವು (The Hunger to Share)ತಾನು ಪಡೆದ ಜ್ಞಾನ ಮತ್ತು ಶಾಂತಿಯನ್ನು ಜಗತ್ತಿಗೆ ಹಂಚುವ ಹಂಬಲ. ಶೂನ್ಯನು ಗುರುವಾಗುವ ಅಥವಾ ದಾರಿದೀಪವಾಗುವ ಹಂತ.

ಅಧ್ಯಾಯ 18: ಪ್ರಕೃತಿಯೊಂದಿಗೆ ಸಂವಾದ (Dialogue with Nature)ಗಿಡ, ಮರ, ಪ್ರಾಣಿ ಮತ್ತು ಮಣ್ಣಿನೊಂದಿಗೆ ಅಂತರಾತ್ಮದ ಮೂಲಕ ಮಾತನಾಡುವುದು. ಸಮಸ್ತ ಜೀವಕುಲದೊಂದಿಗೆ ಒಂದಾಗುವ ಭಾವ.

ಅಧ್ಯಾಯ 19: ಸೃಜನಶೀಲತೆಯ ಮಹಾಪೂರ (The Flood of Creativity)ಕಲೆ, ಸಾಹಿತ್ಯ ಅಥವಾ ಸಂಗೀತವು ಕೇವಲ ಕೌಶಲ್ಯವಲ್ಲ, ಅದು ಶೂನ್ಯದ ಅಭಿವ್ಯಕ್ತಿ ಎಂದು ಅರಿಯುವ ಕ್ಷಣ.

ಅಧ್ಯಾಯ 20: ಭೌತಿಕ ಲೋಕದ ಅಂತಿಮ ಪಾಠ (The Final Lesson of Earth) ಭಾಗ 2ರ ಮುಕ್ತಾಯ—ಭೂಲೋಕದಲ್ಲಿ ಕಲಿಯಬೇಕಾದ ಎಲ್ಲವನ್ನೂ ಕಲಿತು, ಅಗೋಚರ ಲೋಕದ ಪಯಣಕ್ಕೆ ಸಿದ್ಧವಾಗುವ ಘಟ್ಟ

12

ಅಧ್ಯಾಯ 11: ಕನ್ನಡಿಯಿಲ್ಲದಪ್ರತಿಬಿಂಬ

ಶೂನ್ಯನು ತನ್ನ ಭೌತಿಕ ಅಸ್ತಿತ್ವವನ್ನು ಮೌನದಲ್ಲಿ ಲೀನಗೊಳಿಸಿದ ನಂತರ, ಅವನು ಒಂದು ವಿಚಿತ್ರ ಆಯಾಮದಲ್ಲಿ ಎಚ್ಚರಗೊಂಡನು. ಅಲ್ಲಿ ಅವನಿಗೆ ದೇಹವಿರಲಿಲ್ಲ, ಆದರೆ ಇಡೀ ಬ್ರಹ್ಮಾಂಡವೇ ತನ್ನ ದೇಹವೆಂಬ ಅನುಭವವಾಗುತ್ತಿತ್ತು. ಅವನು ಕಣ್ಣು ಬಿಟ್ಟಾಗ ಕಂಡಿದ್ದು—ಒಂದು ಬೃಹತ್ ಸಾಗರ, ಆದರೆ ಆ ಸಾಗರದಲ್ಲಿ ನೀರಿರಲಿಲ್ಲ, ಕೇವಲ 'ಬೆಳಕಿನ ಕಣಗಳು' ಅಲೆಗಳಂತೆ ಹರಿಯುತ್ತಿದ್ದವು.ಅವನು ಆ ಅಲೆಗಳ ಮೇಲೆ ನಡೆದನು. ಪ್ರತಿ ಹೆಜ್ಜೆಯೂ ಒಂದು ಶಬ್ದವನ್ನು (Sound) ಸೃಷ್ಟಿಸುತ್ತಿತ್ತು. ಆ ಶಬ್ದವು ಕೇವಲ ಗದ್ದಲವಾಗಿರದೆ, ಒಂದು ಮಧುರವಾದ ರಾಗದಂತಿತ್ತು. ಶೂನ್ಯನಿಗೆ ಅರ್ಥವಾಯಿತು: "ಶೂನ್ಯವೆಂದರೆ ಮೌನ ಮಾತ್ರವಲ್ಲ, ಅದು ಎಲ್ಲಾ ಶಬ್ದಗಳ ತವರು ಮನೆ."

ಅಲ್ಲಿ ಅವನಿಗೆ ಒಬ್ಬ ವೃದ್ಧ ವ್ಯಕ್ತಿ ಎದುರಾದರು. ಅವರ ಕೈಯಲ್ಲಿ ಒಂದು ಖಾಲಿ ಕನ್ನಡಿಯಿತ್ತು. ಶೂನ್ಯನು ಆ ಕನ್ನಡಿಯತ್ತ ನೋಡಿದಾಗ, ಅಲ್ಲಿ ಅವನ ಮುಖ ಕಾಣಿಸಲಿಲ್ಲ. ಬದಲಾಗಿ, ಇಡೀ ಜಗತ್ತಿನ ಕಷ್ಟಗಳು, ಸುಖಗಳು ಮತ್ತು ಹರಿಯುವ ನದಿಗಳು ಕಾಣಿಸಿದವು.

ವೃದ್ಧರು ನಗುತ್ತಾ ಹೇಳಿದರು, "ಶೂನ್ಯನೇ, ನೀನು ನಿನ್ನನ್ನು ನೀನು ಕಳೆದುಕೊಂಡಿದ್ದೀಯಾ, ಅದಕ್ಕೇ ಈಗ ನಿನಗೆ ಎಲ್ಲವೂ ಕಾಣಿಸುತ್ತಿದೆ. ಈ ಕನ್ನಡಿಯು ಕೇವಲ ನಿನ್ನನ್ನು ತೋರಿಸುವುದಿಲ್ಲ, ನಿನ್ನೊಳಗಿನ ಜಗತ್ತನ್ನು ತೋರಿಸುತ್ತದೆ. ಈಗ ನೀನು ಮರಳಿ ಹೋಗಬೇಕು, ಆದರೆ ಏನನ್ನೂ ಪಡೆಯಲು ಅಲ್ಲ, ಬದಲಾಗಿ 'ಇದ್ದದ್ದನ್ನು ಹಂಚಲು'."ಶೂನ್ಯನು ಕೇಳಿದನು, "ನನ್ನ ಹತ್ತಿರ ಏನೂ ಇಲ್ಲದಿದ್ದಾಗ ನಾನು ಏನನ್ನು ಹಂಚಲಿ?"ವೃದ್ಧರು ಉತ್ತರಿಸಿದರು, "ಏನೂ

ಇಲ್ಲದಿರುವುದೇ ಅತ್ಯಂತ ದೊಡ್ಡ ಸಂಪತ್ತು. ಯಾಕೆಂದರೆ ಶೂನ್ಯದಿಂದ ಮಾತ್ರ ಹೊಸತನ್ನು ಸೃಷ್ಟಿಸಲು ಸಾಧ್ಯ."ಶೂನ್ಯನು ಆ ಬೆಳಕಿನ ಸಾಗರದಲ್ಲಿ ಮುಳುಗಿದನು. ಅವನು ಈಗ ಮರಳಿ ಭೂಮಿಗೆ ಬರಲು ಸಿದ್ಧನಾಗಿದ್ದನು, ಆದರೆ ಈ ಬಾರಿ ಅವನು ಒಬ್ಬ ಸಾಧಕನಾಗಿ ಅಲ್ಲ, ಒಬ್ಬ 'ಸೃಷ್ಟಿಕರ್ತ'ನಾಗಿ (Creator).

13

ಅಧ್ಯಾಯ 12: ಸೃಜನಶೀಲಶೂನ್ಯ (The Creative Void)

ಬೆಳಕಿನ ಸಾಗರದಿಂದ ಶೂನ್ಯನು ಮರಳಿ ಬಂದಾಗ, ಅವನು ಹಳೆಯ ಜಗತ್ತಿನ ಅದೇ ಮಾರುಕಟ್ಟೆಯ ಬೀದಿಯಲ್ಲಿ ನಿಂತಿದ್ದನು. ಆದರೆ ಈ ಬಾರಿ ಅವನ ಸುತ್ತಲಿನ ಪರಿಸರವು ಮಸುಕಾಗಿರಲಿಲ್ಲ. ಪ್ರತಿಯೊಂದು ಎಲೆ, ಪ್ರತಿ ಕಲ್ಲು ಮತ್ತು ಪ್ರತಿಯೊಬ್ಬ ಮನುಷ್ಯನ ಸುತ್ತಲೂ ಒಂದು ಸೂಕ್ಷ್ಮವಾದ ಶಕ್ತಿಯ ವರ್ತುಲ (Aura) ಅವನಿಗೆ ಕಾಣಿಸುತ್ತಿತ್ತು. ಅವನು ಈಗ ಕೇವಲ ಶೂನ್ಯನಾಗಿರಲಿಲ್ಲ; ಅವನು 'ಪೂರ್ಣ ಶೂನ್ಯ'ನಾಗಿದ್ದನು.ಅವನ ಮುಂದೆ ಒಬ್ಬ ಶಿಲ್ಪಿ ಕುಳಿತಿದ್ದನು. ಆ ಶಿಲ್ಪಿಯ ಕೈಯಲ್ಲಿ ಒಂದು ದೊಡ್ಡ ಕಲ್ಲು ಇತ್ತು, ಆದರೆ ಅವನು ಅದನ್ನು ಕೆತ್ತಲು ಹೆಣಗಾಡುತ್ತಿದ್ದನು. ಎಷ್ಟು ಪ್ರಯತ್ನಿಸಿದರೂ ಆ ಕಲ್ಲಿನಲ್ಲಿ ಜೀವಂತಿಕೆ ಬರುತ್ತಿರಲಿಲ್ಲ. ಶಿಲ್ಪಿ ಹತಾಶೆಯಿಂದ ತನ್ನ ಉಳಿ-ಸುತ್ತಿಗೆಯನ್ನು ಕೆಳಗಿಟ್ಟನು.

ಶೂನ್ಯನು ಅವನ ಹತ್ತಿರ ಹೋಗಿ ಮೌನವಾಗಿ ನಿಂತನು."ಏನಾಯಿತು ಮಿತ್ರನೇ?" ಎಂದು ಮೆಲ್ಲನೆ ಕೇಳಿದನು.

ಶಿಲ್ಪಿ ಉತ್ತರಿಸಿದನು, "ನಾನು ಈ ಕಲ್ಲಿನಲ್ಲಿ ಒಬ್ಬ ಸುಂದರ ದೇವತೆಯ ರೂಪವನ್ನು ತರಲು ಪ್ರಯತ್ನಿಸುತ್ತಿದ್ದೇನೆ. ಆದರೆ ಈ ಕಲ್ಲು ತುಂಬಾ ಕಠಿಣವಾಗಿದೆ, ನನ್ನ ಆಲೋಚನೆಗಳು ಇದರಲ್ಲಿ ಮೂಡುತ್ತಿಲ್ಲ."ಶೂನ್ಯನು ನಗುತ್ತಾ ಆ ಕಲ್ಲನ್ನು ಮುಟ್ಟಿದನು. ಅವನ ಸ್ಪರ್ಶದಲ್ಲಿ ಯಾವುದೇ ಒತ್ತಡವಿರಲಿಲ್ಲ, ಕೇವಲ ಒಂದು ಅರಿವಿನ ಹರಿವಿತ್ತು. "ನೀನು ಕಲ್ಲಿನ ಮೇಲೆ ನಿನ್ನ ಆಲೋಚನೆಯನ್ನು ಹೇರಲು ಪ್ರಯತ್ನಿಸುತ್ತಿದ್ದೀಯಾ," ಶೂನ್ಯನು ಹೇಳಿದನು. "ಆದರೆ ಈ ಕಲ್ಲಿನ ಒಳಗೆ ಈಗಾಗಲೇ ಒಂದು ರೂಪ ಅಡಗಿದೆ. ನೀನು ಮಾಡಬೇಕಾದ್ದು ಆ ರೂಪವನ್ನು

ಹೊರತೆಗೆಯುವುದಲ್ಲ, ಬದಲಾಗಿ ಆ ರೂಪಕ್ಕೆ ಅಡ್ಡಿಯಾಗಿರುವ ಕಲ್ಲಿನ ಅನಗತ್ಯ ಭಾಗಗಳನ್ನು 'ಶೂನ್ಯ'ಗೊಳಿಸುವುದು."

ಶೂನ್ಯನು ತನ್ನ ಕೈಗಳನ್ನು ಕಲ್ಲಿನ ಮೇಲೆ ಸವರಿದಾಗ, ಶಿಲ್ಪಿಗೆ ಒಂದು ವಿಚಿತ್ರ ದೃಶ್ಯ ಕಂಡಿತು. ಆ ಕಲ್ಲಿನ ಮೇಲಿನ ಅನಗತ್ಯ ಚೂರುಗಳು ತಾವಾಗಿಯೇ ಧೂಳಾಗಿ ಉದುರತೊಡಗಿದವು. ಅಲ್ಲಿ ಯಾವುದೇ ಬಲಪ್ರಯೋಗವಿರಲಿಲ್ಲ, ಕೇವಲ ಒಂದು ಸಹಜವಾದ ವಿಸರ್ಜನೆಯಿತ್ತು. ಸ್ವಲ್ಪ ಸಮಯದ ನಂತರ, ಆ ಒರಟು ಕಲ್ಲು ಅದ್ಭುತವಾದ, ಪಾರದರ್ಶಕವಾದ ಶಿಲ್ಪವಾಗಿ ಬದಲಾಯಿತು.ಶಿಲ್ಪಿಯು ಬೆರಗಾದನು. "ಇದು ಹೇಗೆ ಸಾಧ್ಯ? ನೀನು ಕಲ್ಲನ್ನು ಕೆತ್ತಲೇ ಇಲ್ಲ!"

ಶೂನ್ಯನು ಉತ್ತರಿಸಿದನು, "ಸೃಷ್ಟಿ ಎಂದರೆ ಹೊಸದನ್ನು ಸೇರಿಸುವುದಲ್ಲ, ಅಡ್ಡಿಯಾಗಿರುವುದನ್ನು ತೆಗೆಯುವುದು. ನಿನ್ನ ಮನಸ್ಸು ಎಲ್ಲಿಯವರೆಗೆ ಆಲೋಚನೆಗಳಿಂದ ತುಂಬಿರುತ್ತದೆಯೋ, ಅಲ್ಲಿಯವರೆಗೆ ನೈಜ ಸೌಂದರ್ಯ ಅಡಗಿರುತ್ತದೆ. ನಿನ್ನ ಉಳಿ ಮತ್ತು ಸುತ್ತಿಗೆಯ ನಡುವೆ ಒಂದು 'ಶೂನ್ಯ' ಜಾಗವನ್ನು ಬಿಡು, ಆಗ ಕಲೆ ತಾನಾಗಿಯೇ ಅರಳುತ್ತದೆ."ಅಂದು ಆ ಶಿಲ್ಪಿಯು ಕೇವಲ ಕಲ್ಲು ಕೆತ್ತುವುದನ್ನು ಕಲಿಯಲಿಲ್ಲ; ಅವನು ತನ್ನ ಅಹಂಕಾರವನ್ನು ಕರಗಿಸಿ ಕಲೆಯೊಂದಿಗೆ ಒಂದಾಗುವುದನ್ನು ಕಲಿತನು. ಶೂನ್ಯನಿಗೆ ಅರ್ಥವಾಯಿತು—ಎರಡನೇ ಭಾಗದ ಉದ್ದೇಶ ಕೇವಲ ಮೌನವಾಗಿರುವುದಲ್ಲ, ಆ ಮೌನದಿಂದ ಜಗತ್ತಿನಲ್ಲಿ ಹೊಸ ಚೈತನ್ಯವನ್ನು ತುಂಬುವುದು.

14

ಅಧ್ಯಾಯ 13: ಪ್ರಕೃತಿಯಪುನರುತ್ಥಾನ (The Resurgence of Nature)

ಶಿಲ್ಪಿಯ ಕಲ್ಲಿನಲ್ಲಿ ಜೀವ ತುಂಬಿದ ಶೂನ್ಯನು ಮುಂದೆ ಸಾಗಿದಾಗ, ಅವನಿಗೆ ಎದುರಾದದ್ದು ಒಂದು ಒಣಗಿದ ಭೂಮಿ. ಆ ಹಳ್ಳಿಯಲ್ಲಿ ಹಸಿರು ಮಾಯವಾಗಿತ್ತು, ಕೆರೆಗಳು ಬತ್ತಿ ಹೋಗಿದ್ದವು ಮತ್ತು ಮಣ್ಣು ಬಿರುಕು ಬಿಟ್ಟಿತ್ತು. ಅಲ್ಲಿನ ರೈತರು ಆಕಾಶದತ್ತ ಮುಖ ಮಾಡಿ ಮಳೆಗಾಗಿ ಹಲುಬುತ್ತಿದ್ದರು. ಅವರ ಕಣ್ಣುಗಳಲ್ಲಿ ಭರವಸೆಗಿಂತ ಹೆಚ್ಚಾಗಿ ಹತಾಶೆಯ ಶೂನ್ಯವಿತ್ತು.ಶೂನ್ಯನು ಹಳ್ಳಿಯ ಮಧ್ಯದಲ್ಲಿದ್ದ ಒಂದು ಹಳೆಯ ಆಲದ ಮರದ ಕೆಳಗೆ ಕುಳಿತನು. ಆ ಮರವೂ ಸಹ ಎಲೆಗಳಿಲ್ಲದೆ ಕೇವಲ ಒಣಗಿದ ಕೊಂಬೆಗಳ ಅಸ್ಥಿಪಂಜರದಂತೆ ಕಾಣುತ್ತಿತ್ತು.

ರೈತರ ಮುಖಂಡನೊಬ್ಬ ಶೂನ್ಯನ ಹತ್ತಿರ ಬಂದು, "ಸ್ವಾಮಿ, ಇಲ್ಲಿ ಮಂತ್ರಗಳು ನಡೆಯಲಿಲ್ಲ, ತಂತ್ರಗಳು ಕೆಲಸ ಮಾಡಲಿಲ್ಲ. ಭೂಮಿ ತಾಯಿಯೇ ನಮಗೆ ಬೆನ್ನು ತೋರಿಸಿದ್ದಾಳೆ. ನಮ್ಮ ಶ್ರಮವೆಲ್ಲವೂ ಶೂನ್ಯವಾಯಿತು," ಎಂದು ಅಳಲು ತೋಡಿಕೊಂಡನು.ಶೂನ್ಯನು ಬಿರುಕು ಬಿಟ್ಟ ಮಣ್ಣನ್ನು ಕೈಯಲ್ಲಿ ತೆಗೆದುಕೊಂಡನು. ಅವನು ಕಣ್ಣು ಮುಚ್ಚಿದಾಗ, ಅವನಿಗೆ ಮಣ್ಣಿನ ಒಳಗಿನ 'ನಿಶ್ಯಬ್ದದ ಆಕ್ರಂದನ' ಕೇಳಿಸಿತು. "ಭೂಮಿ ಬೆನ್ನು ತೋರಿಸಿಲ್ಲ," ಶೂನ್ಯನು ಮೆಲ್ಲನೆ ಹೇಳಿದನು. "ನೀವು ಭೂಮಿಯಿಂದ ಕೇವಲ ಕಿತ್ತುಕೊಳ್ಳುವುದನ್ನು ಕಲಿತಿದ್ದೀರಿ, ಆದರೆ ಭೂಮಿಗೆ ಅದರದ್ದೇ ಆದ 'ಶೂನ್ಯ ಜಾಗ'ವನ್ನು ಕೊಡಲು ಮರೆತಿದ್ದೀರಿ. ಮಣ್ಣು ದಣಿದಿದೆ, ಅದಕ್ಕೆ ವಿಶ್ರಾಂತಿಯ ಮೌನ ಬೇಕು."

ಅವನು ರೈತರಿಗೆ ಒಂದು ವಿಚಿತ್ರ ಕೆಲಸ ಮಾಡಲು ಹೇಳಿದನು: "ಈ ಬಿರುಕು ಬಿಟ್ಟ ಜಾಗದಲ್ಲಿ ಯಾವುದೇ ಬೀಜ ಬಿತ್ತಬೇಡಿ, ಯಾವುದೇ ಗೊಬ್ಬರ ಹಾಕಬೇಡಿ. ಕೇವಲ ಏಳು ದಿನಗಳ ಕಾಲ ಈ ಭೂಮಿಯನ್ನು ಯಾರೂ ತುಳಿಯಬೇಡಿ. ಇಲ್ಲಿ ನಿಮ್ಮ ಆತಂಕದ ಶಬ್ದವೂ ಕೇಳಿಸಬಾರದು. ಈ ಮಣ್ಣಿನ ಸುತ್ತಲೂ ಒಂದು 'ಮೌನದ ವಲಯ'ವನ್ನು ನಿರ್ಮಿಸಿ."ರೈತರಿಗೆ ಇದು ವಿಲಕ್ಷಣವಾಗಿ ಕಂಡರೂ,

ಅವರು ಶೂನ್ಯನ ಮಾತನ್ನು ಪಾಲಿಸಿದರು. ಏಳು ದಿನಗಳ ಕಾಲ ಆ ಭೂಮಿ ಸಂಪೂರ್ಣವಾಗಿ ಶಾಂತವಾಗಿತ್ತು. ಅಲ್ಲಿನ ಜನರು ತಮ್ಮ ಗದ್ದಲವನ್ನು ನಿಲ್ಲಿಸಿ, ಭೂಮಿಯ ಉಸಿರಾಟವನ್ನು ಆಲಿಸಲು ಪ್ರಯತ್ನಿಸಿದರು.

ಏಳನೇ ದಿನದ ಸಂಜೆ, ಆಕಾಶದಲ್ಲಿ ಮೋಡಗಳಿಲ್ಲದಿದ್ದರೂ, ಮಣ್ಣಿನ ಒಳಗಿನಿಂದ ಒಂದು ತೇವದ ವಾಸನೆ ಬರತೊಡಗಿತು. ಆಲದ ಮರದ ಬುಡದಲ್ಲಿ ಒಂದು ಸಣ್ಣ ಬುಗ್ಗೆ ತಾನಾಗಿಯೇ ಚಿಮ್ಮಿತು! ಬತ್ತಿ ಹೋಗಿದ್ದ ಅಂತರ್ಜಲವು ಭೂಮಿಯ ಮೌನದಿಂದ ಪುನಶ್ಚೇತನ ಪಡೆದಿತ್ತು. ಒಣಗಿದ ಮಣ್ಣು ತನ್ನನ್ನು ತಾನು ಗುಣಪಡಿಸಿಕೊಂಡಿತ್ತು.ಶೂನ್ಯನು ರೈತರಿಗೆ ಹೇಳಿದನು, "ಸೃಷ್ಟಿಯು ಯಾವಾಗಲೂ ಶೂನ್ಯತೆಯಿಂದಲೇ ಹೊಸ ಶಕ್ತಿಯನ್ನು ಪಡೆಯುತ್ತದೆ. ನೀವು ಭೂಮಿಯನ್ನು ಎಷ್ಟು ಕಾಡುತ್ತೀರೋ ಅಷ್ಟು ಅದು ಬರಿದಾಗುತ್ತದೆ. ನೀವು ಅದನ್ನು ಎಷ್ಟು ಮೌನವಾಗಿ ಬಿಡುತ್ತೀರೋ ಅಷ್ಟು ಅದು ಸಮೃದ್ಧವಾಗುತ್ತದೆ. ಕೃಷಿ ಎಂದರೆ ಕೇವಲ ಬೆಳೆಯುವುದಲ್ಲ, ಭೂಮಿಯ ಮೌನಕ್ಕೆ ಗೌರವ ಕೊಡುವುದು."

15

ಅಧ್ಯಾಯ 14: ಮುಗ್ಧತೆಯಮುಕುರ (The Mirror of Innocence)

ಹಸಿರಾಗುತ್ತಿದ್ದ ಹಳ್ಳಿಯ ದಾರಿಯಲ್ಲಿ ಸಾಗುತ್ತಿದ್ದ ಶೂನ್ಯನಿಗೆ, ಒಂದು ಹಳೆಯ ದೇವಾಲಯದ ಮೆಟ್ಟಿಲ ಮೇಲೆ ಕುಳಿತಿದ್ದ ಒಬ್ಬ ಪುಟ್ಟ ಹುಡುಗ ಕಂಡನು. ಅವನ ಹೆಸರು 'ಅನ್ವಯ'. ಅನ್ವಯನ ಕೈಯಲ್ಲಿ ಒಂದು ಖಾಲಿ ಬಣ್ಣದ ಡಬ್ಬಿ ಮತ್ತು ಒಂದು ಕುಂಚವಿತ್ತು. ಅವನು ಗಾಳಿಯಲ್ಲಿ ಏನನ್ನೋ ಚಿತ್ರಿಸಲು ಪ್ರಯತ್ನಿಸುತ್ತಿದ್ದನು.ಶೂನ್ಯನು ಅವನ ಪಕ್ಕದಲ್ಲಿ ಕುಳಿತು, "ಏನು ಮಾಡುತ್ತಿದ್ದೀಯಾ ಮಗು?" ಎಂದು ಕೇಳಿದನು.

ಅನ್ವಯನು ಬೇಸರದಿಂದ ಹೇಳಿದನು, "ನನ್ನ ಹತ್ತಿರ ಬಣ್ಣಗಳಿಲ್ಲ. ನನಗೆ ಈ ಜಗತ್ತಿನ ಅತಿ ಸುಂದರವಾದ ಚಿತ್ರ ಬಿಡಿಸಬೇಕು ಅನಿಸುತ್ತಿದೆ, ಆದರೆ ಈ ಡಬ್ಬಿ ಖಾಲಿಯಾಗಿದೆ. ಖಾಲಿ ಡಬ್ಬಿಯಿಂದ ಚಿತ್ರ ಬಿಡಿಸಲು ಸಾಧ್ಯವೇ?"ಶೂನ್ಯನು ನಗುತ್ತಾ ಆ ಖಾಲಿ ಡಬ್ಬಿಯನ್ನು ಕೈಗೆತ್ತಿಕೊಂಡನು. "ಅನ್ವಯ, ಈ ಡಬ್ಬಿ ಖಾಲಿಯಾಗಿದೆ ಎಂದು ನಿನಗೆ ಯಾರು ಹೇಳಿದರು? ಇದರಲ್ಲಿ ಜಗತ್ತಿನ ಎಲ್ಲಾ ಬಣ್ಣಗಳೂ ಇವೆ, ಆದರೆ ಅವು ನಿನಗೆ ಕಾಣಿಸುತ್ತಿಲ್ಲ ಅಷ್ಟೇ."

ಮಗು ಆಶ್ಚರ್ಯದಿಂದ ನೋಡಿತು. ಶೂನ್ಯನು ಹೇಳಿದನು, "ನೋಡು, ಕೆಂಪು ಬಣ್ಣವನ್ನು ಹಾಕಿದರೆ ನೀನು ಕೇವಲ ಕೆಂಪು ಚಿತ್ರ ಬಿಡಿಸಬಹುದು. ಆದರೆ ಈ ಡಬ್ಬಿ 'ಶೂನ್ಯ'ವಾಗಿದ್ದಾಗ, ನೀನು ಇಡೀ ಬ್ರಹ್ಮಾಂಡವನ್ನೇ ಇದರಲ್ಲಿ ಕಲ್ಪಿಸಿಕೊಳ್ಳಬಹುದು. ಶೂನ್ಯವೆಂದರೆ ಬಣ್ಣಗಳ ಸಾವು ಅಲ್ಲ, ಅದು ಎಲ್ಲಾ ಬಣ್ಣಗಳ ಜನ್ಮಸ್ಥಳ."ಶೂನ್ಯನು ಮಗುವಿಗೆ ಒಂದು ಪುಟ್ಟ ಪ್ರಯೋಗ ಮಾಡಲು ಹೇಳಿದನು. "ಕಣ್ಣು ಮುಚ್ಚು. ನಿನ್ನ ಮನಸ್ಸನ್ನು ಈ ಖಾಲಿ ಡಬ್ಬಿಯಂತೆ ಮಾಡಿಕೊ. ಅಲ್ಲಿ

ಯಾವುದೇ ಯೋಚನೆ ಬೇಡ, ಯಾವುದೇ ಬಣ್ಣದ ಹಂಬಲ ಬೇಡ. ಕೇವಲ ಆ ಕತ್ತಲೆಯನ್ನು ಅಥವಾ ಆ ನಿಶ್ಯಬ್ದವನ್ನು ಗಮನಿಸು."

ಮಗು ಕಣ್ಣು ಮುಚ್ಚಿತು. ಸ್ವಲ್ಪ ಸಮಯದ ನಂತರ ಅನ್ವಯನ ಮುಖದಲ್ಲಿ ಒಂದು ಅದ್ಭುತವಾದ ನಗು ಮೂಡಿತು. ಅವನು ಕಣ್ಣು ಬಿಟ್ಟಾಗ ಅವನಿಗೆ ಎದುರಿಗಿದ್ದ ಮರಗಳು ಹೆಚ್ಚು ಹಸಿರಾಗಿ, ಆಕಾಶವು ಹೆಚ್ಚು ನೀಲಿಯಾಗಿ ಕಂಡಿತು.

"ನನಗೆ ಅರ್ಥವಾಯಿತು!" ಎಂದು ಅನ್ವಯ ಕೂಗಿದನು. "ನನ್ನ ಮನಸ್ಸು ಬಣ್ಣಗಳಿಂದ ತುಂಬಿದ್ದಾಗ ನನಗೆ ಹೊರಗಿನ ಬಣ್ಣಗಳು ಸರಿಯಾಗಿ ಕಾಣಿಸುತ್ತಿರಲಿಲ್ಲ. ಈಗ ನನ್ನ ಮನಸ್ಸು ಖಾಲಿಯಾಗಿದೆ, ಹಾಗಾಗಿ ನನಗೆ ಪ್ರತಿಯೊಂದು ವಸ್ತುವೂ ಒಂದು ಸುಂದರ ಚಿತ್ರದಂತೆ ಕಾಣಿಸುತ್ತಿದೆ!"ಶೂನ್ಯನು ಅವನ ತಲೆಯ ಮೇಲೆ ಕೈ ಇಟ್ಟು ಹೇಳಿದನು, "ಇದೇ ಶೂನ್ಯದ ರಹಸ್ಯ. ಸೃಷ್ಟಿ ಎಂದರೆ ಹೊರಗಿನಿಂದ ಏನನ್ನೋ ತರುವುದಲ್ಲ, ನಿನ್ನ ಒಳಗಿರುವ 'ಕನ್ನಡಿ'ಯನ್ನು ಸ್ವಚ್ಛವಾಗಿಟ್ಟುಕೊಳ್ಳುವುದು. ಕನ್ನಡಿ ಖಾಲಿಯಾಗಿದ್ದಾಗ ಮಾತ್ರ ಅದು ಎಲ್ಲವನ್ನೂ ಸರಿಯಾಗಿ ಪ್ರತಿಬಿಂಬಿಸುತ್ತದೆ."ಅಂದು ಆ ಮಗು ಬಣ್ಣವಿಲ್ಲದೆಯೇ ಬದುಕಿನ ಅತ್ಯಂತ ಸುಂದರ ಚಿತ್ರವನ್ನು ಬಿಡಿಸುವುದನ್ನು ಕಲಿಯಿತು. ಅನ್ವಯನ ಆ ಮುಗ್ಧ ಮೌನವು ಶೂನ್ಯನಿಗೆ ಒಂದು ದೊಡ್ಡ ಸತ್ಯವನ್ನು ನೆನಪಿಸಿತು—ದೊಡ್ಡ ವಿದ್ವಾಂಸರಿಗೆ ಅರ್ಥವಾಗದ ಶೂನ್ಯ ತತ್ವವು, ಒಬ್ಬ ಮುಗ್ಧ ಮಗುವಿಗೆ ಕೇವಲ ಒಂದು ಕ್ಷಣದಲ್ಲಿ ಅರ್ಥವಾಗಬಲ್ಲದು.

ಶೂನ್ಯನು ಅನ್ವಯನಿಗೆ ಕಲಿಸಿದ 'ಮಾನಸಿಕ ಚಿತ್ರಕಲೆ' (Mental Painting) ಕೇವಲ ಒಂದು ಕಲೆಯಲ್ಲ, ಅದೊಂದು 'ಧ್ಯಾನದ ಹಾದಿ'. ಈ ರಹಸ್ಯದ ಆಳವಾದ ವಿವರಗಳು ಇಲ್ಲಿವೆ:

? ಮಾನಸಿಕ ಚಿತ್ರಕಲೆಯ ರಹಸ್ಯ (The Essence of Mental Painting)

ಶೂನ್ಯನು ಮಗುವಿಗೆ ಕಲಿಸಿದ ಈ ತತ್ವವು ಮೂರು ಹಂತಗಳಲ್ಲಿ ಕೆಲಸ ಮಾಡುತ್ತದೆ:

1. ಕ್ಯಾನ್ವಾಸ್ ಅನ್ನು ಖಾಲಿ ಮಾಡುವುದು (Emptying the Canvas)ನಮ್ಮ ಮನಸ್ಸು ಈಗಾಗಲೇ ಸಾವಿರಾರು ಆಸೆಗಳು, ಭಯಗಳು ಮತ್ತು ಪೂರ್ವಾಗ್ರಹಗಳಿಂದ ತುಂಬಿದೆ. ಒಂದು ಚಿತ್ರ ಬಿಡಿಸಲು ಹೇಗೆ ಬಿಳಿ ಹಾಳೆ ಬೇಕೋ, ಹಾಗೆಯೇ ಹೊಸ ಸೃಷ್ಟಿಗೆ 'ಖಾಲಿ ಮನಸ್ಸು' ಬೇಕು. ಶೂನ್ಯನ ಸೂತ್ರ: "ನಿನ್ನ ಆಲೋಚನೆಗಳನ್ನು ಪಕ್ಕಕ್ಕಿಡು, ಆಗ ನಿನ್ನ ಕಣ್ಣುಗಳು ಕನ್ನಡಿಯಂತೆ ಸ್ವಚ್ಛವಾಗುತ್ತವೆ."

2. ಬಣ್ಣವಿಲ್ಲದ ಬಣ್ಣಗಳು (The Colorless Colors)ನಾವು ಹೊರಗಿನ ಬಣ್ಣಗಳನ್ನು (ಹಣ, ಅಂತಸ್ತು, ವಸ್ತುಗಳು) ಅವಲಂಬಿಸಿದಾಗ ನಮ್ಮ ಸೃಜನಶೀಲತೆ ಸೀಮಿತವಾಗುತ್ತದೆ. ಆದರೆ ಒಳಗಿನ 'ಅರಿವಿನ ಪ್ರಕಾಶ'ವನ್ನು ಬಳಸಿದಾಗ, ಪ್ರತಿ ವಸ್ತುವೂ ಅದರ ನೈಜ ಸೌಂದರ್ಯದಲ್ಲಿ ಕಾಣಿಸುತ್ತದೆ. ಅನ್ವಯನಿಗೆ ಬಣ್ಣದ ಡಬ್ಬಿ ಖಾಲಿಯಾಗಿದ್ದರೂ, ಜಗತ್ತಿನ ಪ್ರತಿ ಎಲೆಯಲ್ಲಿಯೂ ಹಸಿರಿನ ಸಾವಿರ ಛಾಯೆಗಳು ಕಂಡವು.

3. ಅತೀಂದ್ರಿಯ ದೃಷ್ಟಿ (Transcendental Vision)ಮಾನಸಿಕ ಚಿತ್ರಕಲೆಯಲ್ಲಿ ನಾವು ಚಿತ್ರವನ್ನು ಬಿಡಿಸುವುದಿಲ್ಲ; ಬದಲಾಗಿ, ನಾವೇ ಆ ಚಿತ್ರವಾಗುತ್ತೇವೆ. ಮಗುವು ಆಕಾಶವನ್ನು ಚಿತ್ರಿಸಲು ಹೋದಾಗ, ಅವನು ತನ್ನನ್ನು ತಾನು ಮರೆತು ಆಕಾಶದ ವಿಶಾಲತೆಯನ್ನು ಅನುಭವಿಸಿದನು.

ಈ ಕಲೆಯಿಂದ ಸಿಗುವ ಲಾಭಗಳು:

* ಒತ್ತಡ ಮುಕ್ತ ಜೀವನ: ನಮಗೆ ಏನೂ ಇಲ್ಲ ಎಂಬ ಕೊರತೆಗಿಂತ, 'ಎಲ್ಲವೂ ನನ್ನೊಳಗೆ ಇದೆ' ಎಂಬ ತೃಪ್ತಿ ಸಿಗುತ್ತದೆ.

* ತೀಕ್ಷ್ಣವಾದ ಅರಿವು: ಸಾಮಾನ್ಯ ಕಣ್ಣಿಗೆ ಕಾಣದ ಸಣ್ಣ ಬದಲಾವಣೆಗಳೂ (ಗಿಡದ ಚಿಗುರು, ಗಾಳಿಯ ಕಂಪನ) ಈ ಕಲೆ ತಿಳಿದವರಿಗೆ ಸ್ಪಷ್ಟವಾಗಿ ಕಾಣುತ್ತವೆ.

* ಸೃಜನಶೀಲತೆಯ ಉತ್ತುಂಗ: ನೀವು ಯಾವುದೇ ಕೆಲಸ ಮಾಡಿದರೂ (ಅದು ಕೃಷಿ ಇರಲಿ ಅಥವಾ ಕಲೆ), ಅದರಲ್ಲಿ ಒಂದು ಹೊಸತನ ಮತ್ತು ಜೀವಂತಿಕೆ ಇರುತ್ತದೆ.

16

17

ಅಧ್ಯಾಯ 15: ಯಾಂತ್ರಿಕತೆಯವ್ಯೂಹ (The Labyrinth of Mechanism)

ಶೂನ್ಯನು ಮಗುವಾದ ಅನ್ವಯನಿಗೆ 'ಮಾನಸಿಕ ಚಿತ್ರಕಲೆ'ಯ ರಹಸ್ಯವನ್ನು ವಿವರಿಸುತ್ತಿರುವಾಗಲೇ, ಆ ಪ್ರದೇಶಕ್ಕೆ ಕಪ್ಪು ಬಣ್ಣದ ಹೊಗೆಯುಗುಳುವ ವಾಹನವೊಂದು ಬಂದಿತು. ಅದರಿಂದ ಇಳಿದವರು **'ಕ್ರಮಬದ್ಧ ಶಿಕ್ಷಣ ಕೇಂದ್ರ'**ದ ಅಧಿಕಾರಿಗಳು. ಅವರ ಕೈಯಲ್ಲಿ ದೊಡ್ಡ ದೊಡ್ಡ ಪುಸ್ತಕಗಳು, ಅಳತೆಗೋಲುಗಳು ಮತ್ತು ಗಡಿಯಾರಗಳಿದ್ದವು.ಅವರ ನಾಯಕ 'ಯಂತ್ರನಾಥ' ಅನ್ವಯನ ಹತ್ತಿರ ಬಂದು, "ಮಗು, ನೀನು ಇಲ್ಲಿ ಸಮಯ ವ್ಯರ್ಥ ಮಾಡುತ್ತಿದ್ದೀಯಾ. ಗಾಳಿಯಲ್ಲಿ ಚಿತ್ರ ಬಿಡಿಸುವುದರಿಂದ ನಿನಗೆ ಯಾವ ಉದ್ಯೋಗ ಸಿಗುತ್ತದೆ? ನಿನಗೆ ಯಾವ ಪದವಿ ಸಿಗುತ್ತದೆ? ಬಣ್ಣದ ಡಬ್ಬಿ ಖಾಲಿಯಿದ್ದರೆ ಅದನ್ನು ಎಸೆದುಬಿಡು, ನಮ್ಮ ಕೇಂದ್ರಕ್ಕೆ ಬಾ, ಅಲ್ಲಿ ನಾವು ನಿನಗೆ ಅಚ್ಚೊತ್ತಿದ ಬಣ್ಣಗಳನ್ನು ಕೊಡುತ್ತೇವೆ," ಎಂದು ಗದರಿಸಿದನು.ಅನ್ವಯನು ಹೆದರಿ ಶೂನ್ಯನ ಹಿಂದೆ ಅಡಗಿಕೊಂಡನು. ಶೂನ್ಯನು ಶಾಂತವಾಗಿ ಎದ್ದು ನಿಂತನು.

"ಯಂತ್ರನಾಥರೇ," ಶೂನ್ಯನು ಹೇಳಿದನು. "ನೀವು ಮಗುವಿಗೆ ಬಣ್ಣಗಳನ್ನು ಕೊಡಬಹುದು, ಆದರೆ ಆ ಬಣ್ಣಗಳನ್ನು ನೋಡುವ 'ಕಣ್ಣು'ಗಳನ್ನು ಕಸಿದುಕೊಳ್ಳುತ್ತಿದ್ದೀರಿ. ನೀವು ಅಚ್ಚೊತ್ತಿದ ಜ್ಞಾನವನ್ನು ನೀಡಬಹುದು, ಆದರೆ ಸ್ವತಂತ್ರವಾಗಿ ಯೋಚಿಸುವ 'ಖಾಲಿ ಜಾಗ'ವನ್ನು ಮುಚ್ಚಿಹಾಕುತ್ತಿದ್ದೀರಿ."ಯಂತ್ರನಾಥನು ನಕ್ಕನು. "ಖಾಲಿ ಜಾಗದಿಂದ ಏನು ಪ್ರಯೋಜನ? ಜಗತ್ತು ನಡೆಯುತ್ತಿರುವುದು ವೇಗದಿಂದ, ಅಳತೆಯಿಂದ. ನಮಗೆ ಬೇಕಾಗಿರುವುದು ಯಂತ್ರದಂತೆ ಕೆಲಸ ಮಾಡುವ ಮಿದುಳುಗಳು, ಶೂನ್ಯದಂತೆ ಮೌನವಾಗಿರುವ ಮನಸ್ಸುಗಳಲ್ಲ."

ಶೂನ್ಯನು ಅಲ್ಲಿಯೇ ಇದ್ದ ಒಂದು ದೊಡ್ಡ ಯಾಂತ್ರಿಕ ಗಡಿಯಾರವನ್ನು ತೋರಿಸಿದನು. ಅದು ನಿರಂತರವಾಗಿ 'ಟಿಕ್-ಟಿಕ್' ಎಂದು ಶಬ್ದ ಮಾಡುತ್ತಿತ್ತು. ಶೂನ್ಯನು ತನ್ನ ಕೈಯನ್ನು ಆ ಗಡಿಯಾರದತ್ತ ಚಾಚಿದನು. ಅವನು ಯಾವುದೇ ಬಲಪ್ರಯೋಗ ಮಾಡಲಿಲ್ಲ, ಬದಲಾಗಿ ಆ ಗಡಿಯಾರದ ಶಬ್ದದ ನಡುವೆ ಇರುವ 'ಮೌನದ ಬಿಡುವು'ಗಳನ್ನು (Gaps of Silence) ವಿಸ್ತರಿಸಿದನು.ನೋಡನೋಡುತ್ತಿದ್ದಂತೆ, ಗಡಿಯಾರದ ಮುಳ್ಳುಗಳು ಚಲಿಸುವುದನ್ನು ನಿಲ್ಲಿಸಿದವು. ಆದರೆ ಸಮಯ ನಿಂತಿರಲಿಲ್ಲ; ಬದಲಾಗಿ ಅಲ್ಲಿ ನೆರೆದಿದ್ದವರಿಗೆ ಸಮಯದ ಒತ್ತಡವೇ ಮಾಯವಾದಂತಾಯಿತು. ಯಂತ್ರನಾಥನಿಗೆ ತನ್ನ ಕೈಯಲ್ಲಿದ್ದ ಅಳತೆಗೋಲು ಕೇವಲ ಒಂದು ಒಣ ಕಟ್ಟಿಗೆಯಂತೆ ಕಂಡಿತು. ಅವನಿಗೆ ತಾನು ಮಾಡುತ್ತಿರುವ ಕೆಲಸದ ಅರ್ಥಹೀನತೆ ಅರಿವಾಯಿತು.

"ಯಂತ್ರವು ಕೆಲಸ ಮಾಡುತ್ತದೆ, ಆದರೆ ಮನುಷ್ಯ ಸೃಷ್ಟಿಸುತ್ತಾನೆ," ಶೂನ್ಯನು ವಿವರಿಸಿದನು. "ನೀವು ಮನುಷ್ಯನನ್ನು ಯಂತ್ರವನ್ನಾಗಿ ಮಾಡಿದರೆ, ಅವನೊಳಗಿನ 'ಸೃಜನಶೀಲ ಶೂನ್ಯ' ಸತ್ತುಹೋಗುತ್ತದೆ. ಮಗುವು ಗಾಳಿಯಲ್ಲಿ ಚಿತ್ರ ಬಿಡಿಸುತ್ತಿಲ್ಲ, ಅವನು ತನ್ನ ಆತ್ಮದ ವಿಸ್ತಾರವನ್ನು ಅಳೆಯುತ್ತಿದ್ದಾನೆ."ಯಂತ್ರನಾಥನ ಅಹಂಕಾರದ ಯಾಂತ್ರಿಕತೆ ಕರಗಿತು. ಅವನಿಗೆ ಅರ್ಥವಾಯಿತು—ಎಲ್ಲವನ್ನೂ ಅಳೆಯುವ ವಿಜ್ಞಾನಕ್ಕಿಂತ, ಏನನ್ನೂ ಅಳೆಯದ ಈ ಮೌನವು ಎಷ್ಟು ಶಕ್ತಿಶಾಲಿ ಎಂದು. ಅನ್ವಯನು ಮತ್ತೆ ತನ್ನ ಖಾಲಿ ಡಬ್ಬಿಯನ್ನು ಹಿಡಿದು ನಗುತ್ತಾ ಗಾಳಿಯಲ್ಲಿ ಬಣ್ಣಗಳನ್ನು ತುಂಬತೊಡಗಿದನು. ಆ ಗಡಿಯಾರವು ಮತ್ತೆ ಓಡತೊಡಗಿತು, ಆದರೆ ಈ ಬಾರಿ ಅದು ಯಾರನ್ನೂ ಓಡಿಸುತ್ತಿರಲಿಲ್ಲ.

18

ಅಧ್ಯಾಯ 16: ಶಬ್ದನಗರಿಯಸಂಮೋಹನ (The Hypnosis of Noise City)

ಅನ್ವಯನ ಮುಗ್ಧತೆಯನ್ನು ಉಳಿಸಿದ ಶೂನ್ಯನು ಮುಂದೆ ಸಾಗುತ್ತಿರಲು, ದೂರದಿಂದಲೇ ಕಿವಿಗಡಚಿಕ್ಕುವ ಶಬ್ದವೊಂದು ಕೇಳತೊಡಗಿತು. ಅದು ಅಂತಿಂತಾ ಶಬ್ದವಾಗಿರಲಿಲ್ಲ; ಸಾವಿರಾರು ಯಂತ್ರಗಳು, ಮನುಷ್ಯರ ಅರಚಾಟ, ಅಬ್ಬರದ ಸಂಗೀತ ಮತ್ತು ಜಾಹೀರಾತುಗಳ ಕೂಗುಗಳೆಲ್ಲವೂ ಬೆರೆತು ಒಂದು ಬೃಹತ್ ಸುಳಿಯಂತಿತ್ತು. ಅದುವೇ 'ಶಬ್ದ ನಗರಿ'.

ಆ ನಗರದ ಗೋಡೆಗಳ ಮೇಲೆ ಬರೆಯಲಾಗಿತ್ತು: "ಶಬ್ದವೇ ಅಸ್ತಿತ್ವ, ನಿಶ್ಯಬ್ದವೇ ಸಾವು."

ಅಲ್ಲಿನ ಜನರಿಗೆ ಮೌನವೆಂದರೆ ಭಯ. ಅವರು ಒಬ್ಬರಿಗೊಬ್ಬರು ಮಾತನಾಡದಿದ್ದರೂ, ತಮ್ಮ ಕಿವಿಗೆ ಯಾವುದಾದರೊಂದು ಯಂತ್ರವನ್ನು ಸಿಕ್ಕಿಸಿಕೊಂಡು ನಿರಂತರವಾಗಿ ಏನನ್ನೋ ಆಲಿಸುತ್ತಿದ್ದರು. ಮೌನವು ಆವರಿಸಿದರೆ ತಮ್ಮ ಅಸ್ತಿತ್ವವೇ ಕಳೆದುಹೋಗುತ್ತದೆ ಎಂಬ ಆತಂಕ ಅವರಲ್ಲಿತ್ತು. ಶೂನ್ಯನು ಆ ನಗರದ ಪ್ರವೇಶ ದ್ವಾರದಲ್ಲಿ ನಿಂತಾಗ, ಅಲ್ಲಿನ ಜನರು ಅವನನ್ನು ಒಬ್ಬ ವಿಚಿತ್ರ ರೋಗಿಯಂತೆ ನೋಡಿದರು."ನೋಡಿ, ಇವನ ಹತ್ತಿರ ಯಾವುದೇ ಯಂತ್ರವಿಲ್ಲ! ಇವನು ಏನನ್ನೂ ಕೇಳಿಸಿಕೊಳ್ಳುತ್ತಿಲ್ಲ! ಇವನು ಶೂನ್ಯನಾಗಿದ್ದಾನೆ!" ಎಂದು ಜನರು ಕೂಗಾಡಿದರು.

ಶಬ್ದ ನಗರಿಯ ಅಧಿಪತಿ 'ಕೋಲಾಹಲ' ಶೂನ್ಯನನ್ನು ಎದುರಿಸಿದನು. ಅವನ ಕಂಠವು ಗುಡುಗಿನಂತಿತ್ತು. "ನಮ್ಮ ನಗರದಲ್ಲಿ ನಿಶ್ಯಬ್ದಕ್ಕೆ ಜಾಗವಿಲ್ಲ. ನಿನ್ನ ಈ ಮೌನವು ನಮ್ಮ ಜನರ ವೇಗವನ್ನು ಕುಂಠಿತಗೊಳಿಸುತ್ತದೆ. ನೀನು

ಇಲ್ಲಿರಬೇಕಾದರೆ ಯಾವುದಾದರೂ ಶಬ್ದವನ್ನು ಸೃಷ್ಟಿಸಬೇಕು, ಇಲ್ಲವಾದರೆ ಇಲ್ಲಿಂದ ತೊಲಗಬೇಕು."ಶೂನ್ಯನು ನಗಲಿಲ್ಲ, ಕೋಪಗೊಳ್ಳಲೂ ಇಲ್ಲ. ಅವನು ಕೇವಲ ತನ್ನ ಎದೆಯ ಮೇಲೆ ಕೈ ಇಟ್ಟುಕೊಂಡನು. ಅವನು ಉಸಿರಾಡುವಾಗ ಉಂಟಾಗುವ ಆ ಸಣ್ಣ ಕಂಪನವನ್ನೇ (Vibration) ನಗರದಾದ್ಯಂತ ವಿಸ್ತರಿಸಿದನು.

ಶೂನ್ಯನು ಕೇಳಿದನು, "ಕೋಲಾಹಲರೇ, ನೀವು ಇಷ್ಟು ಶಬ್ದ ಮಾಡುತ್ತಿದ್ದೀರಿ, ಆದರೆ ನಿಮ್ಮ ಹೃದಯದ ಬಡಿತ ನಿಮಗೆ ಕೇಳಿಸುತ್ತಿದೆಯೇ? ನೀವು ಜಗತ್ತಿನ ಗದ್ದಲವನ್ನು ಕೇಳುತ್ತಿದ್ದೀರಿ, ಆದರೆ ನಿಮ್ಮ ಉಸಿರಾಟದ ಮೌನವನ್ನು ಆಲಿಸಿದ್ದೀರಾ?"ಶೂನ್ಯನು ತನ್ನ ಮೌನದ ತೀವ್ರತೆಯನ್ನು ಹೆಚ್ಚಿಸಿದಾಗ, ಆ ನಗರದ ಎಲ್ಲಾ ಯಂತ್ರಗಳು ಸ್ತಬ್ದವಾದವು. ಅಬ್ಬರದ ಸಂಗೀತ ನಿಂತುಹೋಯಿತು. ಪ್ರತಿಯೊಬ್ಬರೂ ತಮ್ಮ ಒಳಗಿನ ಮೌನವನ್ನು ಮೊದಲ ಬಾರಿಗೆ ಎದುರಿಸಿದರು. ಆ ಕ್ಷಣದಲ್ಲಿ ಅವರಿಗೆ ಭಯವಾಗಲಿಲ್ಲ, ಬದಲಾಗಿ ಒಂದು ವಿಚಿತ್ರವಾದ ನಿರಾಳತೆ (Relief) ಸಿಕ್ಕಿತು. ಅವರು ಇಷ್ಟು ದಿನ ಹೊತ್ತುಕೊಂಡಿದ್ದ ಮಾನಸಿಕ ಗದ್ದಲದ ಹೊರೆ ಇಳಿದಂತಾಯಿತು.

"ಶಬ್ದವು ಅಹಂಕಾರದ ಭಾಷೆ, ಮೌನವು ಆತ್ಮದ ಸಂಭಾಷಣೆ," ಶೂನ್ಯನು ವಿವರಿಸಿದನು. "ಗದ್ದಲದ ನಡುವೆ ನೀನು ನಿನ್ನನ್ನು ಮರೆಯುತ್ತೀಯಾ, ಮೌನದ ನಡುವೆ ನೀನು ನಿನ್ನನ್ನು ಕಂಡುಕೊಳ್ಳುತ್ತೀಯಾ."ಅಂದು ಶಬ್ದ ನಗರಿಯು 'ಶಾಂತ ನಗರ'ವಾಗಿ ಬದಲಾಗಲಿಲ್ಲ, ಆದರೆ ಅಲ್ಲಿನ ಜನರಿಗೆ ಗದ್ದಲದ ನಡುವೆಯೂ ತಮ್ಮೊಳಗಿನ 'ಶೂನ್ಯ ಬಿಂದು'ವನ್ನು ಹೇಗೆ ಕಾಪಾಡಿಕೊಳ್ಳಬೇಕು ಎಂಬ ರಹಸ್ಯ ತಿಳಿಯಿತು.

? ಅಂತರಂಗದ ಅರಿವು

ಶಬ್ದದ ಸುಳಿಯ ನಡುವೆಯೂ ಸ್ಥಿತಪ್ರಜ್ಞನಾಗಿರುವುದು ಹೇಗೆ ಎಂಬುದನ್ನು ಈ ತತ್ವವು ವಿವರಿಸುತ್ತದೆ:

* ಕಿವಿಗಳಿಗಲ್ಲ, ಎದೆಗೆ ಕೇಳಿಸಿ: ಹೊರಗಿನ ಶಬ್ದಕ್ಕಿಂತ ಒಳಗಿನ ನಿಶ್ಯಬ್ದ ದೊಡ್ಡದು. * ಗದ್ದಲದ ನಡುವೆ ಬಿಡುವು: ದಿನದ ಗದ್ದಲದ ನಡುವೆ ಒಂದು ಕ್ಷಣ ಕಣ್ಣುಮುಚ್ಚಿ ನಿಮ್ಮ ಉಸಿರನ್ನು ಗಮನಿಸಿ, ಅಲ್ಲಿಯೇ ಶೂನ್ಯವಿದೆ.

19

ಅಧ್ಯಾಯ 17: ಮಾಯಾವಿಬಣ್ಣಗಳವ್ಯೂಹ (The Labyrinth of Illusory Colors)

ಶಬ್ದ ನಗರಿಯ ಗದ್ದಲವನ್ನು ಶಾಂತಗೊಳಿಸಿದ ಶೂನ್ಯನು, ಮುಂದೆ ಸಾಗುತ್ತಿರಲು ಒಂದು ಅತ್ಯಂತ ಆಕರ್ಷಕವಾದ ಕಣಿವೆಯನ್ನು ಪ್ರವೇಶಿಸಿದನು. ಅಲ್ಲಿನ ಹೂವುಗಳು, ಮರಗಳು ಮತ್ತು ಆಕಾಶವು ಕ್ಷಣಕ್ಷಣಕ್ಕೂ ಬಣ್ಣ ಬದಲಾಯಿಸುತ್ತಿದ್ದವು. ಆ ಬಣ್ಣಗಳು ಕೇವಲ ಕಣ್ಣಿಗೆ ಕಾಣಿಸುತ್ತಿರಲಿಲ್ಲ, ಅವು ಮನಸ್ಸಿನ ಆಸೆಗಳನ್ನು ಬಡಿತಗೊಳಿಸುತ್ತಿದ್ದವು. ಆ ಲೋಕದ ಅಧಿಪತಿಯೇ 'ರಂಗಮಾಯ'.ರಂಗಮಾಯನು ಶೂನ್ಯನ ಮುಂದೆ ಬಂದು ನಿಂತನು. ಅವನ ಉಡುಪು ನವಿಲಿನ ಗರಿಗಳಿಗಿಂತಲೂ ವರ್ಣರಂಜಿತವಾಗಿತ್ತು. "ಶೂನ್ಯನೇ, ನೀನು ಮೌನ ಮತ್ತು ಖಾಲಿತನದ ಬಗ್ಗೆ ಮಾತನಾಡುತ್ತೀಯಾ. ಆದರೆ ನೋಡು, ಈ ಜಗತ್ತು ಎಷ್ಟು ಸುಂದರವಾಗಿದೆ! ಇಲ್ಲಿನ ಪ್ರತಿ ಬಣ್ಣವೂ ಒಂದು ಸುಸಂಸ್ಕೃತ ಆಸೆಯ ಸಂಕೇತ. ಕೆಂಪು ಬಣ್ಣವು ಅಧಿಕಾರವನ್ನು, ಚಿನ್ನದ ಬಣ್ಣವು ಸಂಪತ್ತನ್ನು ಮತ್ತು ಹಸಿರು ಬಣ್ಣವು ಸುಖವನ್ನು ನೀಡುತ್ತದೆ. ನೀನು ಈ ಬಣ್ಣಗಳನ್ನು ಅನುಭವಿಸದೆ ಶೂನ್ಯನಾಗಿ ಉಳಿಯುವುದು ವ್ಯರ್ಥವಲ್ಲವೇ?"

ಶೂನ್ಯನು ಆ ಮಾಯಾವಿ ಬಣ್ಣಗಳ ನಡುವೆ ಅಚಲವಾಗಿ ನಿಂತಿದ್ದನು. ಅವನು ರಂಗಮಾಯನ ಕಣ್ಣುಗಳನ್ನೇ ದಿಟ್ಟಿಸಿ ನೋಡಿದನು.

"ರಂಗಮಾಯರೇ," ಶೂನ್ಯನು ಶಾಂತವಾಗಿ ಹೇಳಿದನು. "ಬಣ್ಣಗಳು ಸುಳ್ಳಲ್ಲ, ಆದರೆ ಆ ಬಣ್ಣಗಳಿಗೆ ನಾವು ಅಂಟಿಸಿಕೊಳ್ಳುವ 'ಆಸೆ'ಗಳು ಸುಳ್ಳು. ಅಧಿಕಾರ ಕೆಂಪು ಬಣ್ಣದ್ದಲ್ಲ, ಅದು ನಿನ್ನ ಅಹಂಕಾರದ ರಕ್ತದ ಬಣ್ಣ. ಸಂಪತ್ತು ಚಿನ್ನದ ಬಣ್ಣದ್ದಲ್ಲ, ಅದು ನಿನ್ನ ಲೋಭದ ಬಣ್ಣ."ರಂಗಮಾಯನು ಅಬ್ಬರಿಸಿದನು, "ಇದು ಕೇವಲ ಮಾತು! ನನ್ನ ಈ ಬಣ್ಣಗಳ ಮಾಯೆಯನ್ನು ಯಾರೂ ಮೀರಿಲ್ಲ." ಅವನು ಶೂನ್ಯನ ಮೇಲೆ ಪ್ರಖರವಾದ ನೀಲಿ ಮತ್ತು ನೇರಳೆ ಬಣ್ಣದ ಬೆಳಕನ್ನು

ಹರಿಸಿದನು. ಅದು ಮನುಷ್ಯನನ್ನು ಭ್ರಮೆಯ ಲೋಕಕ್ಕೆ ತಳ್ಳುವ ಶಕ್ತಿಯಾಗಿತ್ತು.ಆದರೆ ಶೂನ್ಯನು ತನ್ನನ್ನು ತಾನು ಸಂಪೂರ್ಣವಾಗಿ 'ಪಾರದರ್ಶಕ' (Transparent) ಮಾಡಿಕೊಂಡನು. ಆ ಬಣ್ಣದ ಕಿರಣಗಳು ಶೂನ್ಯನ ದೇಹದ ಮೂಲಕ ಹಾದುಹೋದವು, ಆದರೆ ಎಲ್ಲಿಯೂ ತಡೆಯಲಾಗಲಿಲ್ಲ. ಶೂನ್ಯನು ಅಕ್ಷರಶಃ ಒಂದು ಗಾಜಿನಂತೆ, ಅಥವಾ ಅದಕ್ಕಿಂತ ಮಿಗಿಲಾದ ಶುದ್ಧ ಬೆಳಕಿನಂತೆ ಮಾರ್ಪಟ್ಟಿದ್ದನು.

"ಯಾವಾಗ ಒಳಗಿನ ಅರಿವು ಶೂನ್ಯವಾಗುತ್ತದೆಯೋ, ಆಗ ಹೊರಗಿನ ಯಾವುದೇ ಬಣ್ಣವು ತನ್ನ ಕಳಂಕವನ್ನು ಅಂಟಿಸಲು ಸಾಧ್ಯವಿಲ್ಲ," ಶೂನ್ಯನು ವಿವರಿಸಿದನು.ಬಣ್ಣಗಳ ಮಾಯೆ ಕರಗಿತು. ರಂಗಮಾಯನಿಗೆ ಅರಿವಾಯಿತು—ಎಲ್ಲಾ ಬಣ್ಣಗಳೂ ಸೇರಿ ಅಂತಿಮವಾಗಿ ಬಿಳಿ ಬೆಳಕಾಗುತ್ತವೆ, ಮತ್ತು ಆ ಬೆಳಕು ಶೂನ್ಯದ ಸಂಕೇತ. ಅವನು ಶೂನ್ಯನ ಪಾದಕ್ಕೆ ನಮಸ್ಕರಿಸಿದನು. ಆ ಕಣಿವೆಯಲ್ಲಿದ್ದ ಆಸೆಗಳ ಬಣ್ಣಗಳು ಮಾಯವಾಗಿ, ಅಲ್ಲಿ ಪ್ರಕೃತಿಯ ನೈಜ ಮತ್ತು ಶಾಂತ ಬಣ್ಣಗಳು ಅರಳಿದವು.

? ಶೂನ್ಯ ದರ್ಶನದ ಸೂತ್ರ

ಆಸೆಗಳ ನಡುವೆ ಅಲಿಪ್ತವಾಗಿರುವುದು ಹೇಗೆ?

* ಪಾರದರ್ಶಕತೆ: ಘಟನೆಗಳು ನಿಮ್ಮ ಮೂಲಕ ಹಾದುಹೋಗಲಿ, ಆದರೆ ನಿಮ್ಮೊಳಗೆ ಯಾವುದೂ ಉಳಿಯದಂತೆ ನೋಡಿಕೊಳ್ಳಿ.
* ಅರಿವಿನ ಪ್ರಕಾಶ: ಹೊರಗಿನ ಆಕರ್ಷಣೆಗಿಂತ ಒಳಗಿನ ಶಾಂತಿಯೇ ದೊಡ್ಡ ವೈಭವ.

20

ಅಧ್ಯಾಯ 18: ಕಾಲದಕನ್ನಡಿ (The Mirror of Time)

ಬಣ್ಣಗಳ ಮಾಯೆಯನ್ನು ಭೇದಿಸಿದ ಶೂನ್ಯನು ಒಂದು ನಿಗೂಢವಾದ ಪಾರದರ್ಶಕ ಗೋಡೆಯ ಮುಂದೆ ಬಂದು ನಿಂತನು. ಅದು ಗೋಡೆಯಾಗಿರಲಿಲ್ಲ, ಅದೊಂದು 'ಕಾಲದ ಕನ್ನಡಿ'. ಈ ಕನ್ನಡಿಯಲ್ಲಿ ಒಬ್ಬ ವ್ಯಕ್ತಿಯು ತನ್ನ ಹಿಂದಿನ ಜನ್ಮಗಳ ನೆನಪುಗಳನ್ನು ಮತ್ತು ಮುಂದಿನ ಸಾವಿರಾರು ಸಾಧ್ಯತೆಗಳನ್ನು ಏಕಕಾಲದಲ್ಲಿ ನೋಡಬಹುದಿತ್ತು.ಕನ್ನಡಿಯ ಮುಂದೆ ನಿಂತ ತಕ್ಷಣ, ಶೂನ್ಯನಿಗೆ ತನ್ನ ಹಳೆಯ ರೂಪಗಳು ಕಾಣಿಸತೊಡಗಿದವು. ಒಮ್ಮೆ ಅವನು ಅಹಂಕಾರಿ ರಾಜನಾಗಿದ್ದನು, ಒಮ್ಮೆ ಹಸಿದ ಭಿಕ್ಷುಕನಾಗಿದ್ದನು, ಇನ್ನೊಮ್ಮೆ ಜ್ಞಾನಕ್ಕಾಗಿ ತಪಸ್ಸು ಮಾಡಿದ ಋಷಿಯಾಗಿದ್ದನು. ಆ ಪ್ರತಿ ಬಿಂಬವೂ ಶೂನ್ಯನನ್ನು ತನ್ನತ್ತ ಎಳೆಯುತ್ತಿತ್ತು. "ನೋಡು, ನೀನು ಇಷ್ಟೆಲ್ಲಾ ಅನುಭವಿಸಿದ್ದೀಯಾ! ಈ ನೆನಪುಗಳನ್ನು ಬಿಟ್ಟು ನೀನು ಹೇಗೆ ಶೂನ್ಯನಾಗಲು ಸಾಧ್ಯ?" ಎಂದು ಆ ಬಿಂಬಗಳು ಪಿಸುಗುಟ್ಟಿದವು.

ಅಷ್ಟೇ ಅಲ್ಲ, ಕನ್ನಡಿಯ ಇನ್ನೊಂದು ಭಾಗದಲ್ಲಿ ಭವಿಷ್ಯದ ಭಯಾನಕ ಮತ್ತು ವೈಭವದ ದೃಶ್ಯಗಳು ಮೂಡಿದವು. "ಮುಂದೆ ನೀನು ಜಗತ್ತಿನ ರಕ್ಷಕನಾಗಬಹುದು ಅಥವಾ ಸಂಪೂರ್ಣವಾಗಿ ಮರೆಯಾಗಬಹುದು," ಎಂದು ಕಾಲವು ಅವನನ್ನು ಆತಂಕಕ್ಕೆ ತಳ್ಳಲು ಪ್ರಯತ್ನಿಸಿತು.ಶೂನ್ಯನು ಕಣ್ಣು ಮುಚ್ಚಲಿಲ್ಲ. ಅವನು ಆ ಕನ್ನಡಿಯನ್ನೇ ನೇರವಾಗಿ ನೋಡಿದನು. ಅವನ ಮುಖದಲ್ಲಿ ಯಾವುದೇ ಆತಂಕವಿರಲಿಲ್ಲ.

"ಕಾಲವು ಕೇವಲ ಒಂದು ಚಲನೆ," ಶೂನ್ಯನು ಮೆಲ್ಲನೆ ಹೇಳಿದನು. "ಹಿಂದಿನದು ಈಗ ಇಲ್ಲ, ಮುಂದಿನದು ಇನ್ನೂ ಬಂದಿಲ್ಲ. ಈ ಎರಡರ ನಡುವೆ ಇರುವ 'ಈ ಕ್ಷಣ' ಮಾತ್ರ ಸತ್ಯ. ಆ ಕ್ಷಣವೇ ಶೂನ್ಯ."ಅವನು ತನ್ನ ಕೈಯನ್ನು

ಕನ್ನಡಿಯ ಮೇಲೆ ಇಟ್ಟನು. ವಿಚಿತ್ರವೆಂದರೆ, ಕನ್ನಡಿಯಲ್ಲಿ ಪ್ರತಿಫಲಿಸುತ್ತಿದ್ದ ಎಲ್ಲಾ ಚಿತ್ರಗಳು ಕರಗಿ ಹೋಗತೊಡಗಿದವು. ರಾಜ, ಭಿಕ್ಷುಕ, ಋಷಿ—ಎಲ್ಲರೂ ಮಾಯವಾಗಿ ಕೇವಲ ಒಂದು 'ಖಾಲಿ ಬೆಳಕು' ಮಾತ್ರ ಉಳಿಯಿತು. ಶೂನ್ಯನು ಕಾಲದ ಸೆರೆಯಿಂದ ಮುಕ್ತನಾಗಿದ್ದನು. ಅವನು ಸಮಯದ ಒಳಗೆ ಇದ್ದರೂ, ಸಮಯದ ಪ್ರಭಾವದಿಂದ ಹೊರಗಿದ್ದನು.

ಕನ್ನಡಿಯು ಒಡೆದು ಚೂರಾಯಿತು. ಆ ಚೂರುಗಳು ನಕ್ಷತ್ರಗಳಂತೆ ಆಕಾಶದಲ್ಲಿ ಹರಡಿದವು. ಶೂನ್ಯನಿಗೆ ಈಗ ಅರ್ಥವಾಯಿತು—'ನಾನಿಲ್ಲದ ನಾನು' ಎಂದರೆ ಕೇವಲ ಅಹಂಕಾರವನ್ನು ಬಿಡುವುದಲ್ಲ, 'ಸಮಯ' ಎಂಬ ಸುಳಿಯಿಂದಲೂ ಬಿಡುಗಡೆ ಹೊಂದುವುದು.

? ಶೂನ್ಯ ದರ್ಶನದ ಸೂತ್ರ

ಕಾಲಾತೀತವಾಗಿ ಬದುಕುವುದು ಹೇಗೆ?

* ವರ್ತಮಾನದ ಶಕ್ತಿ: ಹಳೆಯ ಪಶ್ಚಾತ್ತಾಪ ಮತ್ತು ಮುಂದಿನ ಚಿಂತೆಗಳ ನಡುವೆ ಒಂದು ಸಣ್ಣ 'ಶೂನ್ಯ ಬಿಡುವು' ಇದೆ, ಅಲ್ಲಿಯೇ ಪರಮ ಶಾಂತಿ ಇರುವುದು.

* ಸಾಕ್ಷಿ ಭಾವ: ಜೀವನದ ಘಟನೆಗಳನ್ನು ಒಂದು ಚಲನಚಿತ್ರದಂತೆ ನೋಡಿ, ಆದರೆ ಆ ಚಿತ್ರದ ಭಾಗವಾಗಬೇಡಿ.

21

ಅಧ್ಯಾಯ 19: ಮಹಾಮೌನದಶಿಖರ (The Peak of Grand Silence)

ಕಾಲದ ಕನ್ನಡಿಯನ್ನು ಭೇದಿಸಿದ ಶೂನ್ಯನಿಗೆ ಎದುರಾಗಿದ್ದು ಜಗತ್ತಿನ ಅತಿ ಎತ್ತರದ, ಮೋಡಗಳನ್ನೂ ಮೀರಿ ನಿಂತಿರುವ 'ಮಹಾಮೌನದ ಶಿಖರ'. ಈ ಶಿಖರವು ಕಲ್ಲು ಮಣ್ಣಿನಿಂದ ಮಾಡಿದ್ದಲ್ಲ; ಅದು ಘನೀಕೃತಗೊಂಡ ಅರಿವಿನಿಂದ (Solidified Awareness) ಮಾಡಲ್ಪಟ್ಟಿತ್ತು. ಇಲ್ಲಿಗೆ ತಲುಪುವ ದಾರಿಯಲ್ಲಿ ಗಾಳಿಯೂ ಸಹ ಚಲಿಸುವುದಿಲ್ಲ, ಅಲ್ಲಿ ಕೇವಲ 'ಇರುವಿಕೆ' (Being) ಮಾತ್ರವಿರುತ್ತದೆ.ಶೂನ್ಯನು ಶಿಖರವನ್ನು ಏರತೊಡಗಿದನು. ಅವನು ಮೇಲೆ ಹೋದಂತೆಲ್ಲಾ ಅವನ ಒಳಗಿನ ಸಣ್ಣಪುಟ್ಟ ಆಲೋಚನೆಗಳೂ ಸಹ ಪರ್ವತದ ಪ್ರತಿಧ್ವನಿಯಂತೆ ಕೇಳತೊಡಗಿದವು. ಅಲ್ಲಿ ಗುಪ್ತವಾಗಿದ್ದ ಸಣ್ಣ ಆಸೆಯೂ ಒಂದು ದೊಡ್ಡ ಬಂಡೆಯಂತೆ ತಡೆಯೊಡ್ಡುತ್ತಿತ್ತು. ಶೂನ್ಯನಿಗೆ ಅರ್ಥವಾಯಿತು—ಈ ಶಿಖರವನ್ನು ಏರಬೇಕಾದರೆ ನೀವು ಯಾವುದನ್ನೂ ಹೊತ್ತುಕೊಳ್ಳುವಂತಿಲ್ಲ, ನಿಮ್ಮ 'ಅಸ್ತಿತ್ವ'ದ ತೂಕವನ್ನೂ ಸಹ.

ಶಿಖರದ ತುದಿಯಲ್ಲಿ ಅವನಿಗೆ ಒಬ್ಬ ಅತೀಂದ್ರಿಯ ಪುರುಷ ಎದುರಾದನು. ಅವರ ಸುತ್ತಲೂ ಒಂದು ಶೂನ್ಯ ಮಂಡಲವಿತ್ತು. ಅವರು ಮಾತನಾಡಲಿಲ್ಲ, ಆದರೆ ಅವರ ಕಣ್ಣುಗಳಿಂದಲೇ ಒಂದು ಪ್ರಶ್ನೆ ಹೊರಹೊಮ್ಮಿತು: "ಶೂನ್ಯನೇ, ನೀನು ಇಲ್ಲಿಯವರೆಗೆ ಬಂದಿದ್ದೀಯಾ. ಈಗ ನಿನ್ನ ಹತ್ತಿರ ಏನಿದೆ?"ಶೂನ್ಯನು ತನ್ನ ಎರಡೂ ಕೈಗಳನ್ನು ಅಗಲಿಸಿ ತೋರಿಸಿದನು. ಅವನ ಕೈಗಳು ಖಾಲಿಯಾಗಿದ್ದವು. ಅವನ ಮನಸ್ಸು ಖಾಲಿಯಾಗಿತ್ತು. ಅವನ ಉಸಿರಾಟವೂ ಸಹ ಪ್ರಕೃತಿಯ ಲಯದಲ್ಲಿ ಲೀನವಾಗಿತ್ತು.

"ನನ್ನ ಹತ್ತಿರ ಏನೂ ಇಲ್ಲ," ಶೂನ್ಯನು ಮೌನವಾಗಿಯೇ ಉತ್ತರಿಸಿದನು. "ನಾನು 'ನಾನು' ಎಂಬುದನ್ನೇ ಕಳೆದುಕೊಂಡಿದ್ದೇನೆ. ಈಗ ಉಳಿದಿರುವುದು ಕೇವಲ ಈ ಶೂನ್ಯ ಮಾತ್ರ."ಆಗ ಆ ಅತೀಂದ್ರಿಯ ಪುರುಷನು ನಗುತ್ತಾ, ಶೂನ್ಯನಿಗೆ ಆ ಶಿಖರದ ತುದಿಯಿಂದ ಕೆಳಗೆ ಕಾಣಿಸುತ್ತಿದ್ದ ಇಡೀ ಜಗತ್ತನ್ನು ತೋರಿಸಿದರು. ಅಲ್ಲಿ ಮನುಷ್ಯರ ಸಂಘರ್ಷ, ಪ್ರಕೃತಿಯ ಅಳಲು, ಮತ್ತು ಬಣ್ಣಗಳ ಮಾಯೆ—ಎಲ್ಲವೂ ಒಂದು ಸಣ್ಣ ಕಣದಂತೆ ಕಾಣಿಸುತ್ತಿದ್ದವು.

"ಈಗ ನೋಡು," ಅವರು ಹೇಳಿದರು. "ಶೂನ್ಯವೆಂದರೆ ಅಂತ್ಯವಲ್ಲ. ಈ ಶಿಖರದ ಮೇಲಿನ ಮೌನವನ್ನು ನೀನು ಕೆಳಗಿರುವ ಗದ್ದಲದ ಜಗತ್ತಿಗೆ ತರಬೇಕು. ಸೃಷ್ಟಿಯ ರಹಸ್ಯವಿರುವುದೇ ಇಲ್ಲಿ—'ಶೂನ್ಯ'ವಾಗಿರುವುದು ವೈಯಕ್ತಿಕ ಮುಕ್ತಿ, ಆದರೆ 'ಶೂನ್ಯ'ವನ್ನು ಹಂಚುವುದು ಪರಮ ಸೃಷ್ಟಿ."ಶೂನ್ಯನಿಗೆ ಒಂದು ಅದ್ಭುತ ದರ್ಶನವಾಯಿತು. ಅವನು ಆ ಶಿಖರದ ತುದಿಯಲ್ಲಿ ನಿಂತು ಕಣ್ಣು ಮುಚ್ಚಿದಾಗ, ಅವನ ಹೃದಯದಿಂದ ಒಂದು ನಿಶ್ಯಬ್ದದ ಅಲೆ ಹೊರಹೊಮ್ಮಿ ಇಡೀ ಭೂಮಿಯನ್ನು ಆವರಿಸಿತು. ಆ ಅಲೆಯು ರೋಗಿಗಳಿಗೆ ಗುಣವನ್ನು, ಹಸಿದವರಿಗೆ ತೃಪ್ತಿಯನ್ನು ಮತ್ತು ಅಶಾಂತರಿಗೆ ಶಾಂತಿಯನ್ನು ನೀಡುವ 'ಸೃಜನಶೀಲ ಶಕ್ತಿ'ಯಾಗಿ ಮಾರ್ಪಟ್ಟಿತ್ತು.ಶೂನ್ಯನು ಈಗ ಮರಳಿ ಬರಲು ಸಿದ್ಧನಾಗಿದ್ದನು. ಆದರೆ ಈ ಬಾರಿ ಅವನು ಒಬ್ಬ ವ್ಯಕ್ತಿಯಾಗಿ ಅಲ್ಲ, ಬದಲಾಗಿ ಜಗತ್ತಿನ ಪ್ರತಿ ಅಣುವಿನಲ್ಲಿಯೂ ಇರುವ 'ಚೈತನ್ಯ'ವಾಗಿ.

?? ಶೂನ್ಯ ದರ್ಶನದ ಸೂತ್ರ

ಪರಮ ಸೌಂದರ್ಯವನ್ನು ಕಾಣುವುದು ಹೇಗೆ?

* ತೂಕವಿಳಿಸುವುದು: ಜ್ಞಾನದ ಅಹಂಕಾರವನ್ನೂ ಬಿಟ್ಟಾಗ ಮಾತ್ರ ನೀವು ಶಿಖರವನ್ನು ತಲುಪುತ್ತೀರಿ.

* ಸೃಷ್ಟಿಯ ಮೂಲ: ಏನನ್ನೂ ಬಯಸದ ಸ್ಥಿತಿಯಲ್ಲಿ ನಿಂತು ನೀವು ಏನನ್ನಾದರೂ ಸೃಷ್ಟಿಸಿದರೆ, ಅದು ಶಾಶ್ವತವಾಗಿರುತ್ತದೆ.

22

ಅಧ್ಯಾಯ 20: ಅನಂತತೆಯ ಸಂಗಮ (The Confluence of Infinity)

ಮಹಾಮೌನದ ಶಿಖರದಿಂದ ಕೆಳಗಿಳಿದ ಶೂನ್ಯನು ಈಗ ಮೊದಲಿನಂತಿರಲಿಲ್ಲ. ಅವನು ನಡೆಯುತ್ತಿರಲಿಲ್ಲ, ಬದಲಾಗಿ ಭೂಮಿಯ ಪ್ರತಿ ಕಂಪನದೊಂದಿಗೆ ಲಯಬದ್ಧವಾಗಿ ಚಲಿಸುತ್ತಿದ್ದನು. ಅವನ ಕಣ್ಣುಗಳಲ್ಲಿ ಈಗ ಕೇವಲ ಶಾಂತಿಯಿರಲಿಲ್ಲ, ಬದಲಾಗಿ ಇಡೀ ಬ್ರಹ್ಮಾಂಡದ ಸೃಜನಶೀಲ ಶಕ್ತಿಯಿತ್ತು. ಅವನು ತನ್ನ ಪಯಣ ಆರಂಭಿಸಿದ ಅದೇ ಹಳೆಯ ಹಳ್ಳಿಯ ಮಾರುಕಟ್ಟೆಗೆ ಮರಳಿ ಬಂದನು.ಜನರು ಅವನನ್ನು ಗುರುತಿಸಿದರು. "ನೋಡಿ, ಶೂನ್ಯನು ಮರಳಿ ಬಂದಿದ್ದಾನೆ! ಅವನು ಏನನ್ನು ತಂದಿದ್ದಾನೆ? ಮಂತ್ರವನ್ನೇ? ಸಂಪತ್ತನ್ನೇ? ಅಥವಾ ಹೊಸ ಲೋಕದ ಸುದ್ದಿಯನ್ನೇ?" ಎಂದು ಕುತೂಹಲದಿಂದ ಸುತ್ತುವರಿದರು.

ಶೂನ್ಯನು ಮೌನವಾಗಿ ಹಳ್ಳಿಯ ಮಧ್ಯದಲ್ಲಿದ್ದ ಬತ್ತಿದ ಬಾವಿಯ ಬಳಿ ನಿಂತನು. ಅವನು ಯಾವುದೇ ಮಂತ್ರ ಪಠಿಸಲಿಲ್ಲ. ಅವನು ಕೇವಲ ತನ್ನ ಕೈಯನ್ನು ಬಾವಿಯ ಶೂನ್ಯ ಆಳದತ್ತ ಚಾಚಿದನು. ಆ ಕ್ಷಣದಲ್ಲಿ, ಅವನೊಳಗಿದ್ದ 'ಮಹಾಮೌನ'ವು ಒಂದು ಅಲೆಯಾಗಿ ಹರಿಯಿತು. ಬಾವಿಯಲ್ಲಿ ನೀರು ತುಂಬಿ ತುಳುಕತೊಡಗಿತು—ಆದರೆ ಅದು ಕೇವಲ ನೀರಾಗಿರಲಿಲ್ಲ, ಅದು ಕುಡಿದವರ ಅಂತರಾಳದ ತೃಪ್ತಿಯಾಗಿತ್ತು.ಅವನು ಜನರಿಗೆ ಹೇಳಿದನು, "ನಾನು ಏನನ್ನೂ ತರಲು ಹೋಗಿರಲಿಲ್ಲ, ನಿಮ್ಮೊಳಗೆ ಈಗಾಗಲೇ ಇರುವುದನ್ನು ನೆನಪಿಸಲು ಹೋಗಿದ್ದೆ. ನೀವು ಶೂನ್ಯವನ್ನು 'ಖಾಲಿ' ಎಂದು ಹೆದರಬೇಡಿ. ಶೂನ್ಯವೆಂದರೆ ಸಮುದ್ರದ ಆಳವಿದ್ದಂತೆ; ಮೇಲೆ ಅಲೆಗಳ ಗದ್ದಲವಿದ್ದರೂ, ಆಳದಲ್ಲಿ ಎಂದಿಗೂ

ಶಾಂತಿ ಇರುತ್ತದೆ."

ಅನ್ವಯ ಎಂಬ ಮಗು ಓಡಿ ಬಂದು ಅವನನ್ನು ಅಪ್ಪಿಕೊಂಡಿತು. ಶಿಲ್ಪಿ, ರೈತರು, ಮತ್ತು ಶಬ್ದ ನಗರಿಯಿಂದ ಬಂದಿದ್ದ ಜನರು ಅಲ್ಲಿ ನೆರೆದಿದ್ದರು. ಶೂನ್ಯನು ಅವರೊಡನೆ ಬೆರೆತು ಹೋದನು. ಅವನು ಒಬ್ಬ ಗುರುವಾಗಲಿಲ್ಲ, ಬದಲಾಗಿ ಅವರಲ್ಲೊಬ್ಬನಾದನು. ಅವನು ಕೆಲಸ ಮಾಡುವಾಗಲೂ ಶೂನ್ಯನಾಗಿದ್ದನು, ವಿಶ್ರಮಿಸುವಾಗಲೂ ಪೂರ್ಣನಾಗಿದ್ದನು.ಕಥೆಯ ಅಂತಿಮ ಕ್ಷಣದಲ್ಲಿ, ಶೂನ್ಯನು ಒಂದು ಮರದ ಕೆಳಗೆ ಕುಳಿತು ಮರೆಯಾದನು. ಅವನು ಸಾಯಲಿಲ್ಲ, ಬದಲಾಗಿ ಗಾಳಿಯಲ್ಲಿ, ಮಣ್ಣಿನಲ್ಲಿ, ಹರಿಯುವ ನೀರಿನಲ್ಲಿ ಮತ್ತು ಜನರ ಉಸಿರಾಟದಲ್ಲಿ ಲೀನವಾದನು. ಅಲ್ಲಿ ಯಾವುದೇ ವ್ಯಕ್ತಿ ಉಳಿಯಲಿಲ್ಲ, ಕೇವಲ 'ಶೂನ್ಯ ದರ್ಶನ' ಮಾತ್ರ ಉಳಿಯಿತು.

* ಸೃಷ್ಟಿಯ ರಹಸ್ಯ: ಏನನ್ನೂ ಬಯಸದೆ ಮಾಡುವ ಕೆಲಸವೇ ಪರಮ ಸೃಷ್ಟಿ.
* ನಾನಿಲ್ಲದ ನಾನು: ಅಹಂಕಾರ ಕರಗಿದಾಗ ಮಾತ್ರ ನಾವು ಅನಂತತೆಯ ಭಾಗವಾಗುತ್ತೇವೆ.
* ಅಂತಿಮ ಸತ್ಯ: ಶೂನ್ಯವು ಅಂತ್ಯವಲ್ಲ, ಅದು ಪ್ರತಿ ಕ್ಷಣದ ಹೊಸ ಆರಂಭ.

ಕೊನೆಯ ಮಾತು

"ಶಬ್ದಗಳ ಅಬ್ಬರದ ನಡುವೆ ನಿಮ್ಮ ಮೌನ ಕಳೆದುಹೋಗಿದೆಯೇ? 'ನಾನು' ಎಂಬ ಅಹಂಕಾರದ ಹೊರೆ ನಿಮ್ಮನ್ನು ದಣಿಸಿದೆಯೇ?"ಈ ಪುಸ್ತಕವು ಕೇವಲ ಒಂದು ಕಥೆಯಲ್ಲ; ಇದು ನಿಮ್ಮ ಅಸ್ತಿತ್ವದ ಆಳಕ್ಕೆ ನಡೆಸುವ ಒಂದು ಅತೀಂದ್ರಿಯ ಪಯಣ. ಶೂನ್ಯ ಎಂಬ ಅನ್ವೇಷಕನ ಮೂಲಕ ಲೇಖಕರು ಇಲ್ಲಿ ಎರಡು ವಿಭಿನ್ನ ಲೋಕಗಳನ್ನು ತೆರೆದಿಡುತ್ತಾರೆ.

* ಮೊದಲ ಭಾಗದಲ್ಲಿ: ನೀವು ನಿಮ್ಮ ಹಳೆಯ ಗುರುತುಗಳನ್ನು ಕಳಚುತ್ತಾ, ಸಮಯದ ಸಂಕೋಲೆಗಳಿಂದ ಮುಕ್ತರಾಗಿ 'ಶೂನ್ಯ' ಸ್ಥಿತಿಯನ್ನು ತಲುಪುತ್ತೀರಿ. ಅಲ್ಲಿ ನಿಶ್ಯಬ್ದವು ಮಾತನಾಡುತ್ತದೆ ಮತ್ತು ಅಹಂಕಾರವು ಕರಗಿ ಹೋಗುತ್ತದೆ. * ಎರಡನೇ ಭಾಗದಲ್ಲಿ: ಆ ಕಂಡುಕೊಂಡ ಶೂನ್ಯತೆಯಿಂದ ಜಗತ್ತನ್ನು ಹೇಗೆ ಪುನರ್ನಿರ್ಮಿಸಬಹುದು ಎಂಬ ಸೃಷ್ಟಿಯ ರಹಸ್ಯವನ್ನು ಕಲಿಯುತ್ತೀರಿ. ಮಗುವಿನ ಮುಗ್ಧತೆ, ಪ್ರಕೃತಿಯ ಪುನರುತ್ಥಾನ ಮತ್ತು ಕಾಲಾತೀತ ಬದುಕಿನ ದರ್ಶನ ಇಲ್ಲಿ ನಿಮಗಾಗಿ ಕಾಯುತ್ತಿದೆ."ನೀವು ಈ ಪುಸ್ತಕವನ್ನು ಓದುತ್ತಿಲ್ಲ, ಈ ಪುಸ್ತಕವೇ ನಿಮ್ಮನ್ನು ಓದುತ್ತಿದೆ."

ಯಾವಾಗ ನೀವು 'ನಾನಿಲ್ಲದ ನಾನು' ಆಗುತ್ತೀರೋ, ಆಗ ಮಾತ್ರ ನೀವು ಇಡೀ ಬ್ರಹ್ಮಾಂಡದ ಲಯದೊಂದಿಗೆ ಒಂದಾಗಲು ಸಾಧ್ಯ. ಅರಿವಿನ ಅಮೃತವನ್ನು ಹರಿಸುವ 20 ಅಧ್ಯಾಯಗಳ ಈ ಮಹಾನ್ ಕಾವ್ಯ-ಕಾದಂಬರಿ, ನಿಮ್ಮ ಬದುಕಿನ ದೃಷ್ಟಿಕೋನವನ್ನೇ ಬದಲಿಸಬಲ್ಲದು.

* ಸಂದೇಶ: ಶೂನ್ಯವೇ ಪೂರ್ಣ; ಮೌನವೇ ಮಹಾಶಕ್ತಿ.

* ವಿಶೇಷತೆ: ಪ್ರತಿಯೊಬ್ಬ ಓದುಗನೂ ತನ್ನನ್ನು ತಾನು ಕಂಡುಕೊಳ್ಳುವ 'ಆತ್ಮದ ಕನ್ನಡಿ'.

> "ಶಬ್ದಗಳ ಅಂತ್ಯವೇ ಅರಿವಿನ ಆರಂಭ. ಶೂನ್ಯದತ್ತ ನಿಮ್ಮ ಮೊದಲ ಹೆಜ್ಜೆ ಇಡಲು ಸಿದ್ಧರಾಗಿ.

www.ingramcontent.com/pod-product-compliance
Lightning Source LLC
LaVergne TN
LVHW090335210926
848480LV00004B/1414